HOA NẮNG VƯỜN MƠ

Thưa quí độc giả:

Thúy Ái hiện đang gây quỹ để giúp vài nơi, nếu quí độc giả muốn đóng góp xin gởi donation đến:

1. Salvation Army,
   22nd Street
   Cleveland, OH 44115
   Phone: (216) 623-7456
   Fax: (216) 928-6006
   Website: https://easterusa.savation-army.org/greater-cleveland

2. Doctors Without Borders/Médecins Sans Frontières (MSF):
   Facebook:
   https://www.facebook.com/doctorswithoutborders/?brand_redir=605582973434788

3. Đóng góp cho các hội từ thiện ở Việt Nam xin liên lạc với Thúy Ái qua email: rexboutiqu@aol.com hay Zelle vào số (440) 263-6705

Dear readers:
Thúy Ái is currently raising funds to help several places.
If readers would like to contribute, please send donations to:

1. Salvation Army,
   22nd Street
   Cleveland, OH 44115
   Phone: (216) 623-7456
   Fax: (216) 928-6006
   Website: https://easterusa.savation-army.org/greater-cleveland

2. Doctors Without Borders/Médecins Sans Frontières (MSF):
   Facebook:
   https://www.facebook.com/doctorswithoutborders/?brand_redir=605582973434788

3. To donate to charity organizations in Vietnam, please get in touch with Thúy Ái by email: rexboutiqu@aol.com
or Zelle money to this number: (440) 263-6705

VŨ THI AN

Hoa nắng vườn mơ

THƠ - TẢN VĂN

NHÂN ẢNH
2025

THƠ

4. VŨ THI AN

KHÓI LAM QUÊ NGOẠI

Nhà ngoại tôi bên cạnh dòng sông
Mỗi chiều chiều gió đưa về lồng lộng
Ghe thương hồ dập dìu xuôi ngược trên dòng
Nhánh Tiền Giang ra trùng khơi biển rộng

Những buổi tối trời, báo tin nước lớn
Bìm bịp kêu, đom đóm rộ lên đèn
Hàng đáy giăng kênh, đèn chong khoảnh sáng
Trăng bạc chập chờn in dãy nước đêm

Tôi nhớ lắm những buổi chiều quê ngoại
Làn khói lam trên mái lá vươn mình
Đoàn ghe lưới từ vàm sông trở lại
Cô lái đò nón lá áo bà ba
Ngân nga trỗi khúc ân tình.

Tình thủy sơn duyên trời nào có hẹn
Nhưng vầng trăng cùng soi một lối về
Mượn vầng dương làm chứng một lời thề
Xin mãi mãi làm hồn ma đất Việt!

THẬT SAO?

Anh không uống rượu thật sao?
Làm sao anh giết niềm đau ngút ngàn?

Thơ không viết được một hàng
Làm sao diễn tả muôn vàn nhớ nhung?

Thật là tôi tiếc lắm thay
Vì anh chưa biết cơn say là gì!

Anh uống cà phê có đường?
Nên không nếm được giọt buồn đắng cay.

TIỂU VÂN

Tôi chỉ là cụm mây
Cho anh vui một chốc
Tôi là thoáng ngất ngây
Anh quên niềm cô độc

Khi nắng dịu ngoài song
Hay đêm về gió mát
Tôi lại sẽ thong dong
Bay về phương trời khác

Xin đừng bắt cụm mây
Giam vào khung trời nhỏ
Xin hãy để nó bay
Nhẹ nhàng qua cửa sổ...

NẮNG GIÓ XỨ NGƯỜI

Nắng bên này chừng vài ba giọt
Rất hững hờ như ánh mắt ngày xưa

Gió ở đây không hứa hẹn chiều mưa
Cho hơi thở ấm mùi thơm rạ mới

Phố xứ người
Vắng tà áo dài thướt tha phất phới
Thiếu hoa sao xoay tít thả ánh nhìn
Không hàng me dịu mắt đón đôi mình
Tiếng võng trưa mẹ đưa ru con ngủ
Ký ức non ngày nắng hạ quê hương

Em muốn biết ngày mai còn gặp lại?
Kề vai nhau thưởng thức vị cà phê
Đêm đầy sao trao ánh mắt đê mê
Em muốn hứa nhưng sợ mình lỗi hẹn

Dĩ vãng nào khắc trong tâm khảm
Ôm tháng ngày sao nghèn nghẹn buồng tim
Giấc mơ bay theo gió mãi tìm
Một thoáng hương xưa quên nỗi buồn xa xứ.

MỘT BÀI THƠ CŨ

** Gửi người Montreal*

Từ nơi đó xa xôi bao trăm dặm
Phố lạ buồn gió có lạnh không anh?
Sương trắng mờ như uyển ảo mong manh
Nhè nhẹ quyện hồn anh trong nhung nhớ

Mai kỷ niệm có về bên phố nhỏ
Giữ cho em màu trắng của thơ ngây
Tà áo dài lấm tấm chút cỏ may
Anh nhặt hộ, em thẹn thùng má đỏ

Sáng cuối đông tuyết còn đầy ngoài ngõ
Lối đi về một màu trắng mênh mông
Gửi cho anh sợi nắng ấm sưởi lòng
Và một chút tơ trời nơi em ở...

03/18/2000

TÌM LẠI

Đi tìm lại những gì còn có thể
Để ngày mai dành một chút dễ thương
Giữa hoang sơ tìm giây phút bình thường
Còn hay mất? Buồn vui? Ai có biết

Hành trang? Một con tim mỏi mệt
Nước mắt còn đọng lại giữa rèm mi
Người quay về? Ta vẫn muốn ra đi
Đời cõi tạm...
Tiếc gì buổi hoàng hôn tắt nắng.

Portugal, 7/27/2022

14. VŨ THI AN

HẠ NHỚ

Ta còn có trong em là mùa hạ
Lung linh giữa đời một chút dễ thương
Ngày nắng ấm mắt in màu phượng vĩ
Ta lang thang trong kiếp sống vô thường

Em bóng mát mây trời giăng se sẻ
Trôi bồng bềnh theo chân bước ngả nghiêng
Sa mạc đời làm bùng lên cơn khát
Có môi nào mớm giọt mát thôi miên

Lồng trong dáng hạ buồn em ảo ảnh
Gió hiu hiu ru giấc mộng lưu đày.

NHƯ...

Tôi như chiếc lá bay theo gió
Về bến cô liêu giữa sóng đời

Ôm nỗi buồn riêng vào vô tận
Nước mắt không còn để vấn vương

Chỉ muốn bay xa vào ảo mộng
Tìm lại mùa xuân ở cuối trời.

MỘT NỬA

Tôi đã tìm được một nửa của tôi
Từ lâu lắm bây giờ tôi mới gặp
Cái nửa thật dễ thương còn e ấp
Cái nửa mặn nồng vừa mới biết tên

Lâu lắm rồi tôi tưởng mình quên
Cái nửa tuyệt vời vẫn còn chờ đợi
Tôi đi tìm hoài âm thầm trong đêm tối
Giữ cái nửa của mình chẳng dám thiết tha

Cái nửa của người tôi vừa gặp hôm qua
Cái tương tự tình yêu chưa bao giờ có
Chợt hiểu ra hai nửa giờ hạnh ngộ
Hạnh phúc chan hòa một nửa góc đời tôi.

** Để trả lời bài thơ dưới rất nổi tiếng của Đặng Quốc Vinh và để tặng hai bạn Trần Quốc Quang và Tiêu Quý Hiếu, cùng chị bạn Mynh Hương và cháu Bùi Vinh Cường. Xin chúc mừng... Mong rằng mọi người ai cũng tìm được Một Nửa của mình.*

TRĂM NĂM
MỘT MẢNH VƯỜN XƯA

Ngày xưa mướp đắng xanh giàn
Anh đi tìm nhỏ bướm vàng đậu vai
Tóc nhỏ hai bím thả dài
Bà ba màu trắng thương hoài miền Nam

Gió lùa man mát từ Vàm
Theo hương lúa chín về thăm mảnh vườn
Cau tươi mới trổ hai buồng
Trầu xanh mướt lá chuồn chuồn nhởn nhơ

Con nhện lơ lửng giăng tơ
Nhỏ đứng nhỏ chờ ai đó làm quen
Nước đục vì có nhiều phèn
Đời nhỏ cũng đã mấy phen đoạn trường

Mười năm chờ nhỏ - mười thương
Trầu cau anh tưới, mảnh vườn xinh tươi
Nhìn anh nhỏ giấu nụ cười
Trăm năm vẫn đợi một người nhỏ yêu!

VỀ QUÊ...

Về quê
Hai chữ ngọt ngào như nước mưa mùa hạ

Về quê...
Ngồi xe đò chạy qua mấy con đường hai bên
nhà lá, nhà tôle lụp xụp mà ứa nước mắt
Thương dân quê mình hoài bám đất miền Tây

Về quê
Dọc hai bên đường những cánh đồng xanh bát
ngát, đây đó chen chúc mấy cây dừa đầy ắp trái
xanh mơn

Về quê
Bạn bè gặp nhau đầu đã bạc nhưng tưởng như
mới hôm kia cùng ôm cặp đến trường
Đứa cho sầu riêng, hột gà...
Đứa nấu chè, đứa cho bánh dừa nhưn chuối...

Về quê
Cháu trai thì lúc mang vịt quay, lúc cá lóc nướng trui
Hay cháu gái đãi bữa bún nước lèo, đặc sản Trà Vinh.
Vừa ăn vừa rưng rưng nước mắt lóng lánh niềm vui

Mai lại về bên kia bờ đại dương, xa cách
Mang được chút mắm đu đủ, củ cải ngâm nước mắm của cặp vợ chồng bạn và của bà chị thân thương về đất khách
Rồi tíu tít kể chuyện về quê cho bà chị ở Mỹ nghe
Chia lại từng lọ muối tôm, cái bánh dừa cắc cỏm mang về phải đi qua hải quan tim đập mạnh như mang ma túy

Về quê
Không gì ngọt ngào hơn nữa!

CHIẾC NÓN LÁ

** Thương tặng chị MiMi Mynhuong*
Và tất cả ai không còn mẹ

Chiếc nón lá ba mua cho mẹ
Trước ngày đi tham chiến Hạ Lào
Ngày ba mất mẹ ghì lấy nón
“Anh ơi anh nỡ bỏ em sao!?”

Chiếc nón lá che mưa che nắng
Mẹ tảo tần nuôi một bầy con
Đời đổi thay khi đen khi trắng
Mẹ suốt đời vẹn một lòng son

Chiếc nón lá bây giờ tơi tả
Mẹ giữ gìn chẳng chịu bỏ đi
Con lớn khôn mỗi người một ngả
Chiếc nón kia mẹ mãi duy trì

Mẹ đã già chiếc nón tả tơi
Con bây giờ đang ở xa xôi
Mỗi khi thấy người ta đội nón
Lại chạnh lòng nhớ mẹ khôn nguôi!...

ĐI & VỀ

Ta về tìm lại tàn hương
Ta đi để mãi nhớ thương quê nghèo

Vầng trăng năm cũ còn treo
Mà người năm cũ bọt bèo về đâu?

Trải qua bao cuộc bể dâu
Trái xưa vẫn mãi ngọt ngào tuổi thơ

Khép hàng mi
để hoài mơ...
Trăm năm gom lại một giờ...
bên nhau!

DƯ ÂM

Chiều buông sợi nhớ đong đưa
Tháng ngày tình ấy cũng thưa thớt dần

Thời gian theo nhịp xoay vần
Đâu đây sẽ có đôi lần xót xa

Nhỡ mai nhạt mất màu hoa
Có còn ai để gọi là tri âm?

Thì thôi thắp ngọn hương trầm
Nhớ người thương,
lại ngại ngần chưa thương...

2002

VÀ NHỮNG GIẤC MƠ THUỘC VỀ TÔI

** Tìm thấy bài thơ cũ viết lâu lắm rồi...*

Nó luôn ở đó trong tâm trí tôi
Giai điệu âm nhạc của bạn
Âm thanh của giọng nói ấm áp của em
Nó luôn còn đọng lại
trên những chiếc lá mùa thu
Lời hứa chưa nói của ngày xưa
Những chiếc lá mới được lật đi lật lại
trong cuộc đời tôi
Nhưng đêm là của tôi để nhớ
Và những giấc mơ thuộc về tôi...

AND THE DREAMS BELONG TO ME

* Found an old poem written a long time ago...

It's always there in the back of my mind
The melody of your music
The sound of your warm voice
It's always there lingering on the autumn leaves
The unspoken promise of long ago
The new leaves were being turned again
and again in my life
But the night is mine to remember
And the dreams belong to me...

DÙ SAO
TÔI CŨNG QUAY VỀ

** Tặng tất cả ai vẫn còn Hy Vọng*

Tôi trả lại ngày vui cho người
để tiếng nhớ vọng về từ biển cả

Nếu mai
bọt bèo chợt rã
đám lục bình lại gặp bến sông xưa

Có ghé vào không
hâm lại tình nồng
hay chỉ lại ơ thờ trôi đi mất

Có hạt giống từ đâu
đi tìm manh đất
gieo mầm vui
giữa đám cỏ hoang tàn

Cánh đồng sẽ rì rào nhịp thở
hay đã cằn khô
sau ngày tháng đam mê

Dù sao
tôi cũng quay về!

SƯƠNG KHÓI

** Hẹn...*

Ngày nào đó em sẽ về qua phố
Nắng ngại ngần hôn lén tóc ngang vai
Trong hoàng hôn em nhẹ bước bên ai
Lòng rộn rã nép vào người trong mộng

Trong vòng tay anh, thời gian lắng đọng
Nửa cuộc đời chừng như giấc phù du
Tìm trong tim ngày tháng đã thiên thu
Và đâu đó tình yêu màu sương khói...

VẦN THƠ CŨ

** Tặng BL và BN*

Vì hạnh phúc nằm trong bài thơ vụn
Và tim tôi tuyết phủ tự ngàn xưa
Vần thơ cũ cuối dòng đời lây lất
Giữ cho nhau câu chuyện buổi giao mùa

Vùng mộng ảo bóng hình ai trú ngụ
Chút phù du mình biết một mình thôi
Chưa lỡ hẹn mà sao lòng quay quắt
Dù nét son tô đậm dấu môi cười

Tôi vẫn giữ một góc lòng giông tố
Đợi mùa xuân nào đó chợt về ngang
Vần thơ cũ hong tình ta ấm lại
Nghe thương sao ánh mắt thoáng ngỡ ngàng!

MƠ XUÂN

Tuyết ngoài kia chắc vẫn còn rơi
Ngái ngủ trong mây ánh mặt trời
Mơ vòng tay ấm đôi môi ấm
Giữa vườn xuân thắm mộng xuân tươi

Cái lạnh nơi nầy vẫn thấu xương
Bên kia đơn độc người em thương
Phải chi giá lạnh là anh nhỉ?
Ôm siết người em chẳng chút nương

Thương quá là thương cái lạnh lòng
Chờ nhau ngày tháng rất mênh mông
Đêm lạnh gối nào ôm cũng lạnh
Buốt cả tim rồi anh biết không!?

CỐ XỨ

Cảnh cũ người xưa đâu còn nữa
Gạt lệ quay đi giấu nỗi buồn
Làm sao tìm lại thời hoa mộng?
Làm sao quên được một trời thương?

CHÚT TÌNH THƯ

Buổi chiều nhẹ đến bụi mờ bay
Có nhớ không anh thảm cỏ này
Cùng nhau mình đếm từng hoa dại
Lỡ làn môi chạm, để hồn say

Tình thư anh viết lúc chiều rơi
Như ngàn lá úa rụng bên trời
Em ôm từng chiếc vào thương nhớ
Ấp ủ trong tim trọn một đời

Em đi, đi mãi vào vô tận
Để chút tình thơ trong mắt cay!

5/2002

THƠ SAY

Vì mắt em là muôn ngàn sao sáng
Đêm chưa tàn trong ánh mắt giai nhân
Ngồi đếm sao cùng cạn cốc rượu Tần
Say em nhé, quấn mình trong vũ trụ

Trong tim đơn em là sao Bắc Đẩu
Thắp sáng hồn ta trong đêm tối mịt mù
Giam ta đi như một gã tội tù
Trong lòng ngực phập phồng hơi thở ấm

Ta tung lên không gian ngàn hoa gấm
Lấp lánh tuyệt vời vạn hạt kim cương
Hằng Nga ơi xin múa khúc nghê thường
Mây ngũ sắc mảnh lụa đào phơi phới

Ánh mắt ai đang làm ta chới với
Rót đầy ly uống từng chiếc sao rơi
Hãy tựa vai nhau cùng đếm sao trời
Em biết gì không?
Em đẹp nhất trong muôn vì sao sáng!

NẮNG

** Tặng các bạn thân thương của lớp 11B4*
Trung học Nguyễn Viên Kiều

Nắng hôm nay hình như rất bận
Nên chẳng thèm ra ngõ đùa vui
Để gió lạnh thổi tóc nhỏ tơi bời
Và lá úa bay đầy đường ngập lối

Nắng hôm nay hình như đang còn giận
Trốn vào mây để thành phố lạnh lùng
Nhớ nắng nhiều như nhỏ nhớ mông lung
Về người đó nơi chân trời vô tận...

BAO GIỜ?

Bao giờ trở lại con đường cũ?
Bây giờ tìm lại chỉ trong mơ

Ngày rộng tháng dài mòn giấc ngủ
Vầng trăng nửa mảnh vẫn mong chờ

Giữ nhé ảnh hình chừng phai nhạt
Mỉm cười nước mắt chợt hoen mờ.

ĐỪNG QUÊN NHÉ DÒNG SÔNG

Anh ra đi để dòng sông ở lại
Gốc bần già oằn nhiều trái còn xanh
Trái nhãn lồng e ấp lá bao quanh
Hành trang có mảnh tình chưa kịp ngỏ

Nhét vội vào valise năm ba cuốn vở
Truyện học trò đầy những giấc mơ hoa
Cuộn băng cũ mèm với vài khúc tình ca
Và một nỗi đau thương sầu cố quốc

Nơi xa xôi anh cứ hoài lây lất
Mượn men nồng quên tất cả hôm qua
Ngày qua ngày anh thành kẻ bê tha
Không còn thiết những gì anh để lại

Anh có biết dòng sông giờ vẫn chảy
Nước vẫn còn bồi cho gốc bần xanh
Mẹ vẫn chờ, niềm hy vọng mong manh
Ngày trở lại của người con nước Việt

Anh! Người từng đầy nhiệt huyết
Đừng quên quê nghèo còn đầy cảnh thê lương
Đừng quên vì sao anh đang phải tha hương
Anh! Đừng quên nhé dòng sông anh bỏ lại...

TÓC MAI

Em tóc ngắn cho đời ta phẳng lặng
Ướp hương tình trên môi mọng bao dung
Nửa cuộc đời quanh quẩn chốn mông lung
Say vì nhớ, yêu cả vầng trăng khuyết

Khoảng không gian, thời gian, ôi cay nghiệt
Chập chùng xa dù mộng mị vờn quanh
Bóng em như làn sóng quyện mong manh
Theo hơi thở tìm về đêm đông lạnh

Tuyết đọng dần trên mi buồn lóng lánh
Hạt ân cần tan vội giữa hư vô
Ấm buồng tim khô cạn tự bao giờ
Từ vô vọng gợi niềm tin mãnh liệt

Cho ta xin một lời ca tạm biệt
Bàn tay mềm ve vuốt áo sờn vai
Rất âm thầm kết vài sợi tóc mai
Em, hạnh phúc vòng tay ngày hợp cẩn.

XUÂN NHỚ MONG

Anh ơi!...
Em thèm đôi môi nóng
Nụ hôn nồng nàn trong ánh nến lung linh
Vòng tay khát khao bao cả thân hình
Qua ánh mắt đầy ân tình khao khát

Anh ơi!...
Mưa đang rơi đều như tiếng nhạc
Lá non còn ẩn mình trong những cành khô
Cơn gió lạnh làm em phải co ro
Như chú chim nhỏ ướt sũng người đi đó

Anh biết không?...
Mùa xuân sắp căng phồng hơi thở
Thổi về đây hơi ấm trên làn da
Mơn trớn từng nhánh cỏ cành hoa
Và mái tóc lòa xòa trên trán nhỏ

Anh ơi!...
Vài hôm nữa thôi anh sẽ về qua phố
Bầu trời xuân rộng mở đón hai mình
Nắng lại hồng trên thung lũng băng trinh
Rèm mi khép đón tình anh rạo rực...

NỤ HÔN THẦM KÍN

Hồn ngơ ngẩn đi tìm hoài tiếng nhạc
Có nốt nào len lén trốn vào tim
Đan vần thơ trong Giọt Nắng Đi Tìm
Hương cỏ thoảng một ngại ngần be bé

Hình như đã... mà thôi đừng vội nhé
Cả trời thơ ôm ấp một vườn mơ
Giàn hoa xinh vẫn e ấp đợi chờ
Cơn gió thoảng mơn man đài hoa mịn

Có ai gửi một nụ hôn thầm kín
Hòa theo thơ dẫn lạc lối đào nguyên
Có ai say trong mộng ảo triền miên
Cho ngây ngất rèm mi nào nhẹ khép...

HOA NẮNG VƯỜN MƠ

Ai chép bài thơ trong nắng sớm
Cỏ xanh còn đọng một làn sương
Đôi mi Ngọc Nữ chừng e lệ
He hé nhìn thôi không dám thương

Ai trải ngoài sân giọt nắng mai
Lung linh xuyên lá dáng trang đài
Khe khẽ thì thầm qua suối tóc
Hương lá mùa xuân theo gió bay

Thiên lý màu xanh lác đác rơi
Cụm ngâu vàng ửng một khung trời
Vườn mơ cùng nhặt từng hoa nắng
Ươm nụ tầm xuân khéo mọc mời...

GỬI THEO GIÓ NGÀN BAY

Chiều nay mây xuống thấp
Lòng chùng buồn chao dao
Nỗi nhớ nào khỏa lấp
Nụ cười chối niềm đau

Lang thang chừng như tiếc
Em biết yêu mất rồi
Tình tìm qua ảo giác
Trong giấc mơ nghẹn lời

Hỏi ai còn muốn biết
Vạt nắng đã về đâu
Hay sẽ đi biền biệt
Để lại ai hạt sầu

Tình thơ mình cứ viết
Gửi theo gió ngàn bay
Nhỡ mai buồn da diết
Nhớ nụ hôn đêm nay.

MỘT KHOẢNH KHẮC

Một khoảnh khắc thời gian đã bị đóng băng trong ký ức và đôi khi phản ảnh thoáng qua trong tâm trí của chúng ta. Rồi một nụ cười tươi nở trên đôi môi của mình; hay một nỗi đau nhẹ nhàng thấm dần vào tim. Tất cả giống nhau. Bởi vì hình ảnh bây giờ thuộc về quá khứ.
Những gì chúng ta có sẽ mãi mãi là tình bạn đã nở hoa và tiếp tục nở hoa trong suốt những năm dài.
Và những bông hoa xinh đẹp đó thuộc về bạn và tôi đến cuối cuộc đời.

Tôi sẽ chết ngày tôi ngừng mơ ước.
12/1/1999

A MOMENT IN TIME

A moment in time that has been frozen in our memories and reflected briefly in our minds once in a while. Then a smile appears broadly on our lips or a soft pain slowly penetrates the hearts. All the same. Because the images now belong to the past.
What we have that will ever be is the friendship that has bloomed and continued to blossom through out the years.
And those beautiful flowers belong to me and you to the end of our lives.

I die the day I stop dreaming.
12 Jan 1999

XUÂN THA HƯƠNG

Tuyết và xuân bao nhiêu lần hội ngộ
Cành mai vàng, nhìn ảnh nhớ ngày xưa
Dưới đèn "măng xông" theo má mua dưa
Cầu dưa đỏ lúa được mùa năm mới

Tối Ba mươi, mứt gừng "xên" đã tới
Kẹo mãng cầu, mấy chị gói vừa xong
Bàn thờ tổ tiên sáng loáng bộ lư đồng
Ba má thắp nhang mời ông bà về ăn Tết

Đêm giao thừa pháo đua nhau đì đẹt
Nồi thịt kho trứng vịt bắt đầu thơm
Tôm càng xanh nướng trên ngọn lửa rơm
Bầy cháu nhỏ ngủ ngon bên bà ngoại

Quê hương ơi bao giờ ta trở lại
Xuân trong lòng phơi phới dưới trời Nam
Lại một xuân gạt nước mắt âm thầm
Nhìn mai nở qua màn internet!

ANH VẪN CÒN MƠ

Anh mơ gì chiều hôm nay đượm nắng?
Dáng vợ hiền đứng ngoài ngõ chờ mong
Hoa lục bình phơn phớt tím dòng sông
Mùi khói rạ đượm nồng hương của gió

Anh mơ gì giữa đất người rực rỡ?
Cánh đồng vàng lúa nặng trĩu đơm bông
Người dân mình vui đời sống thong dong
Bình dị giữa tự do và no ấm

Anh mơ gì từ nơi nầy xa thẳm?
Ngày trở về tìm lại mảnh vườn xưa
Nằm lim dim theo nhịp võng đong đưa
Chờ vợ nấu nồi cơm bằng gạo mới

Anh vẫn mơ, từng ngày anh mong đợi
Lúc cờ bay rực ánh nắng quê hương
Trở lại quê tìm góc nhỏ thiên đường
Anh mãi giữ muôn đời trong ký ức.

EM BÉ VIỆT NAM

Em bé Việt Nam chân đi đất
Đầu đội nón lá không quai
Tối đi hôi* khoai
Về nuôi mẹ

Em bé Việt Nam thèm đi học
Em chỉ có một bộ đồ
Cái áo vá vai và cái quần cộc mốc cời
Qua sông không thuyền
Một tay cắp sách một tay bơi
Đến nơi sách khô mình ướt
Em học đến lớp ba phải nghỉ học
Ở đợ nhà người nuôi mẹ, nuôi em
Em chong đèn đêm
Ngồi học lịch sử một mình...

Em chèo thuyền đi xa
Rời quê bỏ mẹ, bỏ em
Đi tìm một tương lai
Một ngày mai
Có màu xanh hy vọng

Em bé Việt Nam
Vừa đi làm vừa đi học
Gửi tiền về nuôi mẹ, nuôi em
Đi học ban đêm
Làm mướn ban ngày

Hôm nay em thành danh
Em lại mơ về quê hương
Về làng xưa mua quà cho trẻ nhỏ
Xây lại ngôi trường có gạch đỏ,
có mái hiên không dột
Có thầy trò vui đùa học tập
Trong tự do và no ấm
Em mơ đến một ngày về xây dựng lại quê em.

5/2/1997
** Hôi: Ăn cắp.*

DỄ THƯƠNG

Dễ thương là chi, lối về xóm nhỏ
Con đường đất đỏ hoa dại đủ màu
Dễ thương là chi, nắng rọi hàng cau
Mẹ đi chợ về cho em túi bánh

Dễ thương là chi, sóng hồ lấp lánh
Dừng tay chèo thuyền em ngắm chung quanh
Dưới chân đồi lác đác vài mái tranh
Ngôi trường nhỏ có thầy cô tận tụy

Dễ thương là chi mưa chiều tí tách
Giọt vắn giọt dài bao phủ không gian
Tỏa từ xa xa làn khói mơ màng
Hoàng hôn trải một vài tia nắng chót...

Kỷ niệm chuyến đi thăm sơ Sơn
ở Quang Lâm năm 2000.

NẮNG XUÂN XƯA

Giọt nắng ngày xưa trải lối xuân
Tô hồng đôi má nhỏ bâng khuâng
Chiều lan theo khói vào trong mộng
Khóm trúc đầu thôn đón gót chân

Ươm tí hồn thơ với nắng hồng
Đón mây nhè nhẹ đến bên song
Hong tóc còn thơm mùi bồ kết
Gom nắng đong đầy đôi mắt trong

Lấp lánh màu xuân lối sỏi mòn
Nắng tàn hôn phớt ánh hoàng hôn
Nhặt giùm tôi nhé vài tia nắng
Đan lại thành thơ sưởi ấm hồn.

ĐIỆP KHÚC MƯA

Mưa điệu nhạc ru em trưa hè đỏ
Màu phượng hồng đâu đó quyện chân anh
Mưa gõ nhịp rơi đều quanh lối nhỏ
Thành phố nằm im vắng vẻ hiền lành

Con chim sẻ núp vào hiên sũng ướt
Ngoài đồng xanh lá mạ tắm mưa tuôn
Nghiêng ra cửa chụm bàn tay hứng nước
Uống vào đời mùi đất của quê hương

Mưa nhẹ hạt vuốt ve chùm mận trắng
Dây nhãn lồng vàng trái ngọt như môi
Xin cất giữ lỡ mai lòng trống vắng
Hòa với mưa làm ngọt lại cuộc đời.

NHỮNG NGÀY MƠ

Có những bình minh sáng rực đồi
Hạ về ve hát khúc ca vui
Vẫn nghe một nỗi buồn man mác
Rất nhẹ nhàng như chiếc lá rơi

Có những chiều xưa tóc rũ mây
Nắng cao nguyên dệt nhẹ trên cây
Lất phất mưa về hòa với nắng
Vùng trời rực rỡ của thơ ngây

Có những đêm nằm nghe gió ru
Sẽ sàng từ rừng thẳm hoang vu
Mộng nào tha thướt về trên cỏ
Tan tác thành mây khói mịt mù

Có những ngọt ngào của tuổi thơ
Tàn theo ngày tháng rất hững hờ
Nét mực dù phai trong nhật ký
Nhưng mình hoài sống ở trong mơ!

CA DAO CỦA MẸ

Chiếc thuyền con con
Chui lòn ống cống
Con cá bóng kèo ăn móng
Trên mặt bờ ao...

Mưa rơi trên mái rì rào
Lời ru của mẹ ngọt ngào êm êm
Mưa buồn giăng kín màn đêm
Ễnh ương ai oán bên thềm lá rơi...

Nửa vòng trái đất xa vời
Ca dao của mẹ ru đời ly hương!

TIỄN LÁ MÙA THU VÀO THIÊN CỔ

Người đã chết trong tim từ thuở đó
Dù nắng hồng ngày hạ vẫn reo vui
Ngoài song cửa lá trở mình theo gió
Cớ vì sao Ta mãi cứ ngậm ngùi

Vì có lẽ thơ là niềm hy vọng
Chỉ vì ai Ta dệt mộng tình thơ
Lá tơi tả trong mùa thu gió lộng
Chợt nhớ người của hoa nắng vườn mơ

Chôn lá chết dù lòng như muôn thuở
Gửi bài thơ vào vô tận chiều nay
Giữa mùa thu ôm niềm đau trăn trở
Tình thiên thu vừa thoát khỏi tầm tay

Khi đông tới trầm ngâm bên bếp lửa
Cạn men nồng rưng rức nhớ tình xa
Đốt dòng thơ dập tan bao lời hứa
Cuối nẻo đường quay quắt chỉ mình Ta.

VƯỜN MƠ

Thơ em đượm nét sầu vườn mơ cũ
Vạt nắng nào còn xen nhẹ vào tim
Còn nhớ không lúc "Vạt Nắng Đi Tìm"
Vì sao sáng lập lòe trong đêm tối

Trong tâm tưởng vườn mơ là miên viễn
Dù bây giờ lối cũ đã rêu phong
Lời hẹn mười năm canh cánh bên lòng
Đâu đã muộn khi mình còn hơi thở

Những bài thơ trao về nhau muôn thuở
Tóc nhuộm màu tim đập nhịp mười ba
Anh ru hồn em bằng những bài ca
Và "Tuyết Trắng" làm ấm lòng du mục

Đếm trên tay hơn nửa đời vong quốc
Một mối tình nuôi nấng bởi dòng thơ.

KHI TÔI NHỚ NGƯỜI

Khi tôi nhớ người
Thời gian và không gian trở thành vô nghĩa

Trái tim thổn thức như cơn mưa buồn tỉnh lẻ
nhưng tự ái là một bức tường vô hình ngăn cản
tôi, không cho tôi tìm đến bên người
Tôi phải bỏ đi, mặc người réo gọi
Tôi chạy trốn tiếng nói êm như ru
Tôi xóa đi những dòng thư réo rắt
Tôi chỉ muốn quên người

Dù tôi muốn viết nhiều lắm...
Dù tôi muốn nói nhiều lắm...
Nhưng bao nỗi niềm ưu uất bị những cơn đau
như sóng ngầm dập tan vào ghềnh đá của hiện
thực
Tôi không còn gì nữa
Ngay chính cả tình yêu trong mơ và trong thơ

Nhiều khi tôi tự hỏi: Tại Sao?
Tại sao tôi vẫn còn lo lắng cho người?
Tôi có được gì đâu?
Tôi có đòi hỏi gì đâu?
Chỉ một mù mờ khói sương của tình yêu ảo ảnh
để ngày nào tôi cũng được nằm mơ trong ngọt
ngào hạnh phúc của bài thơ ai đó gửi vào mây

Bây giờ tôi vẫn cố đi tìm
Tìm chiếc lá nằm cô đơn trong vườn mơ hoa
nắng
Chiếc lá có khắc tên của người thơ...
Chiếc lá xạc xào bay theo cơn bão cuộc đời...
Tôi muốn quên người vô cùng tận
Nhưng buổi chiều... Những buổi chiều có nắng
Có một bài nhạc nào đó làm tôi ray rứt nhớ
người
Cho đến bây giờ tôi vẫn hoài đi tìm chiếc lá sầu
mộng ắp đầy thơ

10/25/2004

TÌM LẠI VẦN THƠ

Nghe rưng rức một vần thơ cũ
Chạnh nhớ người xa hạt bụi mờ
Thời gian đọng lại trong lòng vắng
Hoa nắng dần tan trong giấc mơ

Đau lắm để rồi quên cả nhớ
Buồn quay quắt tím trọn mùa xuân
Hoa giấy vô tình khoe sắc thắm
Nhìn nụ hồng tươi chết nửa hồn

Buổi chiều vẫn đến trên đường nhỏ
Cụm mây mờ mịt đợi hoàng hôn
Tự nhiên dĩ vãng về trong gió
Theo sóng tình xưa trở lại nguồn

Ngân hà sao sáng đêm ngây ngất
Uống giọt sương mềm đong mắt ai
Lênh đênh trên chiếc thuyền kỷ niệm
Nén nhé giùm nhau tiếng thở dài...

8/14/2004

TRÀ VINH THƯƠNG NHỚ

Hôm nao trở lại sân trường cũ
Nắng hạ vàng rơi vương tóc em
Lớp học ngày xưa thơm mùi phấn
Hoa phượng rưng sầu dưới gót êm.

Đất Vĩnh sống hoài trong giấc mơ
Ngày xuân vừa mới biết hẹn hò
Long Bình lộng gió tim bừng nở
Đa Lộc yêu thầm dáng Tiểu Thơ

Hái lộc em về viếng Bửu Châu
Bùi ngùi ngắt vội đóa hoa ngâu
Vạt nắng rộn ràng rơi trên áo
Bụi phủ đường xa, tóc ngả màu

Trà Vinh! Thầm gọi khách du xuân
Dường như ai đó mắt rưng rưng
Kỷ niệm chập chờn trong giấc ngủ
Tưởng đã ngàn xa thấp thoáng gần...

TẢN VĂN

CÁI THÚ LANG THANG

Không biết tôi thích lang thang từ lúc nào, có lẽ từ lúc lên bốn thì phải. Lúc đầu theo mẹ thả bộ mỗi sáng từ nhà ra đến thác Cam Ly. Sau đó lớn hơn một tí thì băng đồi một mình từ cuối hồ Xuân Hương đến chợ Hòa Bình ngắm hoa, ăn bún bò Huế rồi về. Hoặc buổi sáng sớm lên đồi kiếm mấy chị gánh đậu hũ, ngồi ăn một hai bát nóng hổi dưới gốc thông khi sương mù tan hết, rồi lại chạy xuống nhà Thủy Tạ ăn đu đủ bò khô chan nước mắm ớt chua. Tháng Tư năm 1975, vì thời cuộc nên bãi trường sớm, tôi năn nỉ ba mẹ cho tôi đi với bà chị thứ Tư lên Sài Gòn chơi, lấy cớ là đi mua sách về học chuẩn bị cho năm tới.

Vừa vào cửa thì chị người làm của chị Hai tôi đã nói oang oang:

- Cô Út ơi, cô Hai sắp đi Mỹ!

Tôi ngạc nhiên quá đỗi. Sau khi nghe chị tôi xác nhận điều này và hỏi tôi có thích đi theo chị sang Pháp không, tôi mừng hết lớn! Nghĩ thầm: Lại có dịp đi lang thang.

Thấy tôi mang có hai bộ đồ, bà chị thứ Năm bèn móc năm ngàn đồng cho, bảo đi mua thêm vài bộ quần áo mới. Tôi cầm tiền rủ chị người làm ra chợ Bến Thành ăn quà từ sáng tới trưa. Nào là bánh cuốn, hủ tiếu mì, thạch, sâm bổ lượng, bún ốc, cà rem, nào là chè, nước mía... Tới bốn giờ thì túi hết sạch tiền mà quần áo thì chưa có mua cái nào hết. Thế là tôi và chị người làm đón xe buýt về ngân hàng MéKong chỗ bà chị làm, định xin thêm tiền thì họ đã đóng cửa mất rồi.

Tôi lại về Phú Thọ Hòa, nhà của bà chị Cả. Về thấy nhà trống trơn và chị Tư tôi nói là cả nhà đã ra phi trường để đi Mỹ rồi, nhưng anh rể tôi sẽ về đón tôi.

Sáu giờ chiều thì anh rể tôi về đón thật. Tôi nhét vội 2 bộ đồ vào cái túi PanAm rồi ra đứng đón xe Lam với ông anh rể để ra phi trường.

Chị Tư tôi chạy ra đầu đường đưa tôi đi và hỏi:

- Em tính đi thật sao?

Tôi thản nhiên đáp:

- Em đi chơi vài tháng rồi về đó mà!

Cái vài tháng đó nó đã trở thành hai mươi mấy năm mà cái thú lang thang vẫn còn tiềm ẩn. Tôi ở nhà không lâu được. Công việc trong ngành tôi đòi hỏi tôi phải đi nhiều lắm. Những nơi tôi đến thường là một thành phố nhỏ nằm giữa đồng không mông quạnh của vùng Trung Tây hay cực Bắc của Mỹ, hoặc miền Đông Bắc đèo heo hút gió của Canada.

Có những tối đi đến một thành phố hoàn toàn xa lạ, lái xe thuê về hotel thấy cô đơn và lẻ loi dễ sợ, những đêm thức làm cả ba "ca" mệt nhoài, lái xe về phòng khoảng ba - bốn giờ sáng, vặn nước tắm rồi ngủ quên luôn trong bồn. Bảy giờ sáng lại lục đục sửa soạn đi làm tiếp. Nhiều tháng tôi đi công tác hết ba tuần.

Thế mà có dịp là tôi lại vác túi lang thang. Năm nào tôi cũng muốn đi về một góc trời hoàn toàn mới, một nơi mà tôi không có bạn bè, bà con gì cả.

Tôi nhớ có một lần tôi đến Bangkok. Tôi để valise đồ đạc xuống trong phòng, tắm rửa xong là gọi Taxi đi mua sắm. Tôi dặn người tài xế (ông nầy nói tiếng Anh rất rành) đến đón tôi ở chỗ hẹn lúc 8 giờ đêm. Tôi tản bộ đi chơi trong chợ, khám phá ra là bạn hàng Thái ít ai nói được tiếng Anh. May cho tôi đã học lõm bõm vài tiếng Quảng Đông nên cũng mặc cả mua được một ít quạt làm bằng lụa rất đẹp. Tôi đứng ở chỗ hẹn đến chín giờ hơn mà ông tài xế lặn đâu mất. Tôi vẫy Taxi ngoài đường thì chả ai biết cái hotel Tai Pan ở đâu cả! Tôi lại quên đem theo địa chỉ và số điện thoại của khách sạn nầy. Tôi đến một trạm đổi tiền nhờ giúp. Họ đưa tôi cuốn niên giám điện thoại, nhưng hỡi ơi, sách in toàn bằng chữ Thái làm sao mà đọc!? Tôi đứng lặng nhìn các cửa hàng từ từ đóng cửa và lo rầu chẳng biết phải làm sao... May quá ông tài xế lù lù đến, xin lỗi vì bận khách khác nên đến trễ. Đúng là hú hồn, hú vía.

Tôi nghe mấy người bạn sống ở New York nói là tiệm ăn Tàu ở Chinatown thường có 2 thực đơn khác nhau: Một cho du khách và một cho dân địa phương. Vì thế khi tôi qua Quế Lâm - Trung Quốc, vào ăn chiều ở một nhà hàng, tôi vận dụng tất cả vốn liếng tiếng Quảng để xin một thực đơn dành cho dân địa phương. Liếc sơ so sánh giữa 2 cái menu thì rõ ràng là giá dành cho du khách đắt gấp 4 lần giá thường. Khổ nỗi là menu giá rẻ thì viết toàn bằng tiếng Tàu. Tôi hơi mắc cỡ vì không biết đọc nhưng đã phóng lao nên tôi đành chỉ đại vào. Kết quả cũng khá tốt vì tôi được ăn một bữa có bốn món ngon lành: Có cả chim cút quay, hẹ non xào tôm, thịt gà xào nấm đông cô và cá chưng. Giá bữa ăn là 8 Mỹ kim thay vì cỡ 40 Mỹ kim như trong thực đơn dành cho du khách.

Tôi lang thang nhiều nơi mà ít khi sợ đi lạc

vì tôi nhớ câu ba tôi hay nói: "Đường đi ở trong miệng!".

Tôi cứ thế mà đi, đi lộn thì đi lại, đi lạc thì hỏi thăm đường. Có nhiều người họ thấy mình hỏi đường họ sợ lắm, vì họ không biết mình là ai, có ý tốt hay xấu. Mấy người Tàu ở HongKong thì khó chịu ra mặt với dân ngoại quốc, thấy có người không rành tiếng họ mà đến hỏi là họ ngoảnh mặt không thèm đếm xỉa tới mình hay la "Ùm xích á" , là xong.

Nhiều khi cũng lắm chuyện bực mình. Nào là lấy lộn valise, nào là đánh mất vé, nào là bị ăn cắp passport hay visa, trễ máy bay... Và những giờ chờ đợi mỏi mòn trong phi trường vì thời tiết.

Nhưng đi xa mới thấy là có những tấm lòng vàng. Như một năm khi tôi đến Đài Bắc; theo cô làm ở Information Booth, thì tôi phải lấy chuyến xe buýt số 2 để về hotel. Khổ là tôi lại quên mất không hỏi phải xuống trạm nào. Leo lên xe đi một quãng thì cái màn hình trên xe buýt được bật lên. Tôi chăm chú theo dõi nhưng đành chịu chết, chả biết phải xuống ở đâu. Tôi quay qua hỏi thăm vài người trên xe thì ai cũng lắc đầu bảo họ không biết tiếng Anh, ông tài xế đọc tên khách sạn xong liền xổ

một tràng tiếng Phổ Thông. Tôi còn đang "xăng văng xéo véo" trong bụng thì từ tuốt đằng sau một cô Tàu trung niên tiến đến ngồi cạnh tôi và nói tiếng Anh rất rành:

- Cô là du khách hả? Quốc Gia chúng tôi rất hiếu khách, cô cần chi thì cho tôi biết.

Tôi bèn đưa mảnh giấy có tên và địa chỉ khách sạn cho cô xem. Xem xong, cô bảo:

- Mình cần xuống trạm số 3 và từ đó lấy xe Taxi về thẳng khách sạn.

Khi xe buýt đến trạm, cô giúp tôi mang hai cái valise thật nặng xuống, gọi Taxi cho tôi rồi khệ nệ khiêng đồ giúp tôi lên Taxi. Sau khi chỉ bảo ông tài xế, cô lên ngồi cùng và giảng sơ cho tôi nghe về thành phố Đài Bắc. Taxi ngừng trước hotel, cô lại vác valise xuống cho tôi rồi còn giành trả tiền Taxi làm tôi tưởng cô cũng ở khách sạn này. Nhưng không, cô ở ngược đường, cách đó đến... 30 phút xe Taxi! Cô cho tôi số điện thoại nhà và căn dặn là có chuyện gì cần thì cứ gọi cho cô.

Tôi rất là ngạc nhiên trước sự tử tế nầy nên nói:

- Nếu mai cô rảnh thì cô đến dùng cơm chiều để tôi có dịp trả ơn cô.

Cô cười nói:

- Tôi cũng muốn đến lắm nhưng không dám hứa, vì vừa mới đi Trung Quốc về, mai cứ liên lạc rồi tính sau.

Ngày hôm sau tôi về thăm Hoa Liên, một thành phố miền Thượng du của Đài Loan theo chân một phái đoàn du khách. Trong phái đoàn nầy có một ông người Cam Bốt, ở New Zealand lại biết rành tiếng Việt. Ông nầy, khi biết tôi là người Việt thì thích lắm. Ông nói là ông đang đi công tác ở Đài Bắc, và ông bạn người Đài Loan đang đưa ông đi xem danh lam thắng cảnh là nhân viên của hãng computer mà ông sắp ký công tra mua hơn một triệu đô. Hai ông mời tôi đi ăn cơm chiều với họ cho vui. Tôi xin phép họ mời cô bạn mới đi cùng. Hai ông vui vẻ tán thành. Tôi lập tức gọi cô bạn nhưng cô bảo là cô không dám hứa vì cô thấy hơi mệt trong người. Cô xin lỗi cả chục lần. Tôi thấy mình chưa đền ơn cô được nên không cảm thấy vui.

Buổi tối, tôi đi ăn với 2 ông bạn xong về đến hotel khoảng mười giờ đêm. Đang nằm "tơ lơ mơ" sắp ngủ thì có tiếng gõ cửa. Tôi vừa ngạc nhiên vừa sợ. Tôi lại càng ngạc nhiên khi biết là chính cô bạn mới đã đến thăm.

Cô cứ xuýt xoa xin lỗi, tiếc là không tới được. Cô nói là cô muốn chuộc lỗi. Cô hỏi tôi có thích ngọc trai không? Tôi thầm nghĩ có lẽ là cô muốn bán nên cũng có ý muốn mua giúp. Cô đem bày nhiều món trang sức rất đẹp bằng hạt trai ra.

Tôi chọn một số rồi hỏi:

- Chỗ nầy cô tính bao nhiêu tiền?

Cô cười dòn, khoát tay:

- Không phải, tôi muốn tặng cho cô hết đó, để chuộc lỗi là cô mời dùng cơm mà tôi phải từ chối.

Cô lại nói thêm:

- Cô là du khách đến thăm Đài Bắc mà tôi không đưa cô đi xem thành phố được, tôi tiếc lắm và cảm thấy mình thật đáng trách khi không đến dùng cơm tối với cô.

Tôi sững sờ nhìn cô bạn. Tôi chưa từng

được ai lạ hoắc mà đối đãi tốt như thế.

Tôi vẫn thích lang thang để tìm một chân trời mới, gặp gỡ bạn mới, có thêm kỷ niệm mới, và hình như cái cô đơn cũng lần lần dần bớt theo những chuyến lang thang.

Không gì bằng khi mình lang thang mà người khác chẳng biết mình là con nhà ai, ở đâu...

Hồi ở Việt Nam, có những lúc mưa giông gió thổi mạnh làm cành cây rụng đầy đường, tôi hay thấy trẻ con từ các xóm nghèo túa ra ngoài lộ sau cơn giông đi lượm củi khô.

Tôi ngồi trong nhà nhìn ra, thèm được đùa giỡn vô tư như chúng lắm. Nên một hôm, khi trời vừa tạnh mưa gió, tôi chạy vào nhà lựa một bộ đồ cũ và xấu xí nhất mặc vào, ra bếp lấy một ít lọ nồi thoa mặt, thoa tay rồi chạy ra đường nhập bọn với lũ trẻ con đi lượm củi.

Thế giới của chúng nó thật là khác hẳn với thế giới của tôi. Tôi theo một bọn nó về xóm nhà lá ở cuối thôn. Xóm nầy nằm cạnh một cái nhà xác đầy mùi tanh tưởi bốc lên. Thấy tụi nó leo tường vào. Tôi cũng trèo theo nhưng không vào hẳn mà chỉ trèo đủ cao để nhìn vào bên trong. Tôi sẽ không bao giờ quên hình ảnh buổi chiều sau mưa trong nhà xác, nó thật là âm u, tối tăm và lạnh buốt làm sao.

Nằm rải rác đây đó là băng ca đầy vết máu khô, dưới đất la liệt những poncho gói to, gói nhỏ. Nhìn kỹ, tôi thấy một bàn tay và một bàn chân xanh dờn ló ra khỏi chiếc poncho đầy bụi bám.

Bọn con nít vẫn đùa giỡn thản nhiên, gom củi thẩy ra đường nhờ tôi chất thành đống rồi trèo ra. Chúng tiếp tục đi ra đằng sau nhà xác, nơi đó là một bãi tha ma lố nhố đầy mồ hoang. Chúng trèo lên các ngôi mả nằm thật tự nhiên, nghêu ngao hát xướng đến tối mịt. Tôi đi vòng quanh từng ngôi mả, đọc tên người chết, năm sinh, ngày mất một hồi quên bẵng là lũ con nít đã đi về từ lúc nào. Nhìn quanh không thấy ai, tôi bắt đầu sợ hãi và chợt nhớ là mình chưa ăn cơm chiều, chắc là ba mẹ tôi đang lo lắm. Tôi cắm đầu chạy về nhà qua những vũng sình lầy lội mà cơn mưa đã để lại. Tôi lướt qua những căn nhà lá thắp đèn leo lét nghèo nàn, qua những căn nhà ngói khang trang và rồi dừng lại trước nhà tôi. Tôi đứng ở ngoài nhìn vào trong và cảm thấy mình thật là may mắn. Tôi biết trong đó có mẹ, có ba, có tình thương đầm ấm đang chờ đón mình. Tôi vào bên trong rào và nhìn qua cửa sổ. Ba tôi đang ngồi xem tivi, mẹ tôi đang nằm đọc sách trên ghế bố. Tôi đi vòng ra sau, lẻn vào nhà tắm thay đồ sạch sẽ rồi đến hôn mẹ.

Mẹ tôi ngồi dậy hiền từ nói:

- Con đi chơi đâu mà chị ở kiếm từ chiều tới giờ không thấy!? Má đang lo đây. Ba má ăn cơm xong rồi, con ra ăn đi.

Tôi ra đến phòng ăn, giở lồng bàn nhìn mâm cơm tươm tất và nghĩ đến bọn trẻ con. Không biết chúng đã về đâu? Trong căn nhà của chúng, chúng có mẹ, có cha đầy đủ hay không? Có mâm cơm ngon lành như tôi đang có? Tôi gắp từng miếng thịt, tôi húp từng miếng canh ngon lành bên cạnh mẹ tôi, kể chuyện cho mẹ nghe về việc tôi đi lượm củi. Ăn xong, tôi lấy bài ra học, đưa cha xem lại bài vở cho tôi, rồi chui vào giường nệm thật êm và ấm, kéo chăn đến tận cằm, thiếp đi một cách ngon lành trong ánh đèn ngủ mờ nhạt ấm êm.

Tôi có ngờ đâu chỉ trong vài năm sau đó, tôi cũng lại có những đêm lang thang như thế, lết từng bước trong bão tuyết lạnh lùng, qua những ngôi nhà cũng có ánh đèn ấm cúng tỏa ra, nhưng tôi chỉ có quyền đứng ngoài nhìn vào, thèm thuồng, ao ước nhìn các đứa trẻ trạc tuổi tôi quây quần âu yếm với gia đình. Tôi đã đứng bất động để nước mắt đóng thành băng...

Tôi vẫn thích lang thang theo kiểu Hướng Đạo. Hồi xưa, anh chị tôi thường sinh hoạt trong Gia Đình Phật Tử. Họ được đi cắm trại xa trong những dịp hè hay lễ Tết. Còn tôi, con bé lên sáu - bẩy thì bị ngồi nhà chả được đi đâu. Tôi hay ra hàng ba trước nhà leo lên lan can hướng ra sân, miệng thổi còi hoét hoét, nhìn ra vườn cây ăn trái tưởng tượng mình đang đi xe lửa qua những rừng già ở Phi Châu hay miền Nam Mỹ xa xôi nào đó.

Qua Mỹ, lúc còn đi học, có người giới thiệu

vào làm trong các trại Nữ Hướng Đạo hoặc trại hè do các nhà thờ Methodist tổ chức, tôi mừng như bắt được vàng. Hình ảnh thơ mộng của túp lều được dựng lên bên một giòng suối hay ánh lửa trại bập bùng trong đêm tối làm tôi nôn nả quá chừng. Thế là tôi xin đi phỏng vấn để được làm Counselor trong trại hè của Girl Scout.

Tuần đầu tiên trong trại, chúng tôi được huấn luyện kỹ càng, từ cách bơi canoe đến cách cứu thương, từ thủ công nghệ như cách làm đèn cầy, xà bông, cột giây, vẽ và sơn trên dây nịch da đến tất cả các cách thức nhóm lửa trại, ôi thôi nhiều không kể xiết.

Nhưng kẹt một điểm là muốn thi lấy certificate cho canoe thì phải biết bơi, mà tôi thì dù đã uống bao nhiêu nước trong hồ bơi ở trường vẫn còn chưa biết thả nổi. Tôi thú thật với bà xếp của tôi, bà cười bảo đừng lo, bà sẽ dạy tôi bơi. Thế là chiều ngày hôm đó, bà cùng hai người khác chở tôi bằng canoe ra chính giữa một cái hồ rộng mênh mông. Đang thắc mắc là bà ta sẽ làm cách nào để dạy thì bả biểu tôi đứng lên. Tôi còn đang loạng choạng trong khoang thì ba người đã đẩy mạnh tôi xuống nước.

Tôi kinh hoàng, chới với, vẫy vùng... còn ba người kia cười khanh khách la to:

- Bây giờ bạn bơi theo canoe của tụi tôi nhé. Cách học bơi nầy nhanh chóng và hữu hiệu nhất đó.

Thế là chiếc canoe đi trước, tôi lội nước đi sau, vô tuốt trong bờ. Ôi, cái sự sợ hãi nó làm tôi biết bơi lẹ thiệt.

Tối đó, tôi nằm mơ thấy có người khiêng tôi lơ lửng trên không rồi tự nhiên buông tôi xuống. Tôi tỉnh dậy thì nhận ra tôi đã được muỗi khiêng chớ có ai đâu. Tôi chưa bao giờ bị muỗi cắn kinh khủng như vậy. Tôi là tay mơ nên chả có chuẩn bị chi cả, nóp (sleeping bag) cũng không có, thuốc xức cho muỗi không cắn hiệu OFF cũng không đem theo, tôi nằm trên cái giường nhỏ trong cái túp lều tranh bốn bề trống khoét mà chịu trận nguyên cả đêm.

Những ngày hôm sau chúng tôi học cách chèo canoe, học back packing, học về những cây cỏ dại ăn được để có thể tự sinh tồn trong rừng rú. Tôi đã được huấn luyện để trèo non lội suối như một Hướng Đạo Sinh thuần thục. Tôi nôn nao được giao cho trách nhiệm đầu tiên.

Ngày đầu tiên của trại hè Nữ Hướng Đạo khai trương, tôi được giao phó trọng trách làm toán trưởng của một đoàn nhóc tì tuổi từ 6 đến 8 gọi là Brownies.

Sau một tuần được huấn luyện như trong nhà binh, giờ đây tôi phải làm vú em! Nào là chùi mũi, lo quần áo, cơm nước... cho các cô vừa bỏ tã ở nhà.

Đến đêm thì đã mệt đừ, chỉ thèm được ngả lưng xuống, nằm nghe tiếng nhạc vo ve êm đềm... của muỗi nhưng cứ khoảng mỗi nửa giờ tôi lại bị dựng dậy:

- T.A ơi! Dẫn em đi tè!

- T.A ơi! Em nhớ nhà quá, hu hu...

- T.A ơi! Em làm rớt đèn pin trong nhà xí rồi!

Thực tình, tôi tức muốn phát điên lên nhưng cũng phải cố dỗ dành các cô bé suốt đêm (Các quí vị nào thích có con nhiều, hãy xin vào làm cho trại Nữ Hướng Đạo giữ Brownies là bảo đảm sẽ đổi ý hoàn toàn!).

Những tuần kế tiếp, chúng tôi đi lang thang ra ngoài những khu rừng để cắm trại. Mang tiếng là đi cắm trại nhưng thực ra tôi chỉ lùa tụi nhóc lên một ngọn đồi cách xa "Tổng Tư lệnh" chừng 5 cây số, rồi căng một tấm ni lông đủ để che mưa, che nắng. Một buổi tối, bất ngờ trời bắt đầu sấm chớp rồi mưa rỉ rả. Sau đó, mưa đổ như trút nước, mấy thầy trò ướt loi ngoi lót ngót bèn kéo nhau dậy trở về căn cứ.

Không gì bằng lang thang trong cơn mưa nửa đêm, vác ba bốn cái nóp ướt sũng, dắt theo năm bẩy đứa nhóc đang khóc nhè. Trong cái trí tưởng tượng phong phú nhất của tôi, tôi chưa bao giờ hình dung ra là có một ngày tôi được lang thang như thế bao giờ.

Làm trong trại Nữ Hướng Đạo được hai năm tôi xin vào một trại hè của nhà thờ Methodist. Bấy giờ, kinh nghiệm "dỗ con nít" của tôi đã đầy mình, tôi được tăng chức lên làm hướng dẫn viên cho các cô cậu thanh niên - thiếu nữ chỉ nhỏ hơn tôi vài tuổi.

Tuần đầu bà xếp hỏi:

- Các bạn thích làm chi nhất và ghét làm chi nhất?

Tôi thú thật là tôi ghét bơi canoe nhất. Thế là khi phân chia công việc, bà tuyên bố:

- T.A sẽ là trưởng toán canoe cho tuần đầu tiên!

"Trời đất ơi!".

Những chuyến du hành bằng canoe của tôi và các cô cậu trại viên thường bắt đầu vào những buổi sáng tinh sương trên con sông Cụ Già Ho Gà (Cuyahoga) khúc trong, khúc đục. Từ trại chúng tôi ở đến một trại láng giềng phải dài cỡ 15 cây số. Dọc theo bờ sông cây cối ngã ngổn ngang. Lòng sông toàn là đá nhọn và nhiều khúc cạn queo không có nước, chúng tôi phải leo ra khiêng canoe qua các thân cây rồi đẩy thuyền một khoảng dài.

Có hôm lại gặp bão, sấm sét đầy trời, chúng tôi phải dừng tay chèo, tạm trú dưới một gốc cây bên giòng sông. Đứa nào đứa nấy dù có mang poncho theo vẫn ướt như chuột lột, lạnh run như cầy sấy, đói cồn cào. Tôi mở bịch ni lông đựng thức ăn ra thì bánh mì bị thấm nước sông và nước mưa chèm nhẹp. Thế mà... có còn hơn không, cả bọn vẫn phải nuốt để lấy sức mà bơi đến nơi đến chốn.

Những giờ phút như vậy giúp cho tôi biết là mình may mắn hơn những thuyền nhân Việt Nam nhiều lắm.

Trong tuần kế chót của trại hè năm đó, tôi được giao phó làm toán trưởng một Trại Đêm. Như tên gọi, nhóm nầy lấy đêm làm ngày, và ngày làm đêm. Chúng tôi ăn sáng lúc 8 giờ tối và ăn tối lúc 8 giờ sáng. Lúc ăn sáng khi tối thì ăn trứng chiên cũng còn đỡ, nhưng ăn tối khi sáng thì khó mà nuốt spaghetti, salad, cá chiên, coleslaw...

Ban đêm, trong khi mọi người đang an giấc thì chúng tôi vào rừng thám thính. Chúng tôi nắm tay nhau thành một đoàn người đi lầm lũi trong màn đêm đen kịt, không được dùng đèn pin. Ánh trăng tỏa một ánh sáng dịu dàng qua khe lá, thỉnh thoảng có tiếng cú rúc lên rợn cả người. Lâu lâu, trong một khóm lá khô vài cành cây có sinh quang (bioluminescent) lóe lên ánh sáng xanh dờn như ma trơi. Cảnh rừng ban đêm thật huyền bí vô cùng.

Đi trong rừng chán, tụi tôi chèo ca nô ra giữa hồ rồi nhảy tỏm xuống bơi lội. Ban đêm sương xuống lạnh phủ lên mặt hồ một lớp khói trắng mờ ảo tuyệt vời. Nằm trong nước ấm ngửa mặt nhìn trời đầy sao lấp lánh, tôi tự dưng muốn dừng bước lang thang...

Mùa thu bắt đầu điểm trên lá rồi. Sau hai ngày mưa tầm tã, trời lại nắng. Từ chiếc máy bay hai chong chóng nhìn xuống, tôi thấy từng cụm mây trắng bay lơ lửng trên bầu trời trong xanh vắt.

Chợt nhớ lại bài thơ đã thuộc lòng đọc từ cuốn tiểu thuyết "Cánh Hoa Vườn Thúy" của Quỳnh Dao thì phải:

Hoa phi hoa
Vũ phi vũ
Dạ bán lai
Thiên minh khứ
Lai như xuân mộng bất dạ thời
Khứ tựa tiểu vân vô thỏa xứ

Tạm dịch là :

Chẳng phải hoa
Chẳng phải mưa
Nửa đêm người đến
Sáng người đi
Đến như mộng xuân không báo trước
Ra đi như một cụm mây nhỏ không phương hướng

Mấy câu đầu thì dễ dịch và nghĩa cũng dễ hiểu. Nhưng câu chót thì có vẻ hơi khúc mắc hơn.

Sách để là tiểu vân, nhưng tôi hỏi anh Phạm Văn Hải, cũng là ông anh rể hụt của tôi, một nhà ngôn ngữ học thì ông giảng nghĩa là:

Tiểu vân là một cụm mây nhỏ, vô thỏa xứ không phải là không phương hướng nhất định mà là không phương hướng nào thích cả: *Vô thỏa xứ*, thỏa đây là thỏa thích, thỏa mãn, hài lòng.

Nhìn những cụm mây nhỏ, trắng như bông gòn, bềnh bồng trôi bên dưới, tự dưng tôi hiểu trọn ý thơ.

Tôi vẫn còn đang bay từ nơi nầy sang nơi khác. Có nhiều nơi cảnh đẹp làm tôi ngơ ngẩn nhìn không chán. Từ hình ảnh mặt trời mọc trên sông Mississippi, đến cảnh bờ hồ Wallen

See ở Thụy Sĩ nằm nép mình bên rặng núi Alps. Bờ hồ Travis mơ màng của Austin, Texas, đến cảnh đồi núi chập chùng của miền Bavarian ở Áo Quốc. Những lúc đi trong mưa dưới hàng cây xanh rì bên bờ sông Lý, hay những lúc lang thang trong đêm giữa kinh đô ánh sáng Paris là những kỷ niệm khó quên. Khung cảnh nào cũng đẹp, nhưng sao lòng không có sự thỏa thích hoàn toàn?

Tại sao lúc nào tôi cũng thấy thiêu thiếu một cái gì đó, không diễn tả được. Tôi nghĩ có lẽ là tôi vẫn còn muốn trở về cội nguồn của mình thì phải. Tôi không chỉ là cụm mây nhỏ muốn hoài là đà trong không gian vô tận. Tôi là một cô bé Việt Nam bỗng dưng bị cơn gió vô tình cuốn đi về một chân trời xa lạ.

Tôi biết là một ngày nào đó, tôi muốn được trở về hẳn ở quê tôi. Tôi muốn được lang thang từ Nam ra Bắc. Tôi muốn được trở về bên bờ sông Cổ Chiên có hàng dâm bụt đỏ, nhìn sóng cuồn cuộn bồi đắp lớp phù sa màu mỡ.

Tôi muốn được ngồi ăn chả cá ở Hà Nội, tôi muốn được đi thăm lăng tẩm ở Huế. Và tôi mong rằng ngày đó sẽ có anh bên cạnh tôi, cùng nhìn mưa để nhớ lại mùa thu ngày nào trời đã đổ mưa tạo cơ hội cho mình quen nhau.

Năm nay mùa thu nơi ấy hình như không có mưa nhiều như năm ngoái. Mình đã quen nhau một năm tròn. Tôi vẫn nhớ anh gởi hoa hồng đến cho tôi vào sinh nhật tôi khi mình mới quen nhau hơn một tháng. Tôi vẫn nhớ câu nói của anh: "Hai đứa cùng lang thang rồi cùng về bên tổ ấm". Tôi nói với anh có lẽ khi gặp được người tri kỷ, tôi sẽ dừng bước lang thang. Tôi sẽ xây một ngôi nhà nhỏ trên đỉnh đồi nơi quê hương yêu dấu. Tôi hy vọng ngày đó tôi vẫn còn được làm thơ cho anh soạn nhạc, và buổi tối bên ánh lửa hồng tôi sẽ trở thành cụm mây nhỏ bồng bềnh trôi trong vòng tay và điệu nhạc êm đềm hạnh phúc của anh ru.

CHỊ TƯ CỦA NÓ

Mỗi lần chị Tư nó về là nó mừng lắm. Lúc nhỏ, chị Tư cưng nó lắm nhưng cũng hay... bắt nạt nó.

Gần Tết, chị cặm cụi may áo đầm và đan áo ấm cho nhỏ em Út. Trong ba người chị của nó, chị Tư nghèo nhất.

Chị học Nông Lâm Súc rồi đi làm ở Vĩnh Long. Chồng đi lính Cộng hòa nên tiền tiêu xài không đủ hút thuốc và nhậu nhẹt với bè bạn, lấy gì nuôi vợ con? Rồi chị năn nỉ cô em thứ 5, vốn có quen biết mấy ông lớn, chạy chọt xin cho chồng về Đà Lạt làm trưởng ban nghi lễ ở Võ Bị Đà Lạt.

Chị đẻ sòn sòn sau đó. Má nó phải đi nuôi đẻ hoài.

Tết chị về thăm. Chị ngồi trên xe lôi với bốn nhóc, nó chạy mừng ôm mấy đứa cháu má đỏ au mà hun lấy hun để.

Con nhỏ thứ 4, thấy dì Út đen thui hôi nắng, sợ, gặp mặt bà "Chằn Cà Bum" là ngoác miệng mếu nên bị dì đặt tên là con Cà Mếu.

Đứa lớn nhất lên 6 thì "khoái" dì Út vì được dẫn đi ăn hàng: Lúc thì chuối chiên, chuối nướng chan nước cốt dừa, lúc thì khoai lang chiên, hay khoai mì rắc dừa nạo...

Có một buổi sáng, nó ẵm thằng Bé Bự, một tuổi, qua chị 7 con gái bác Tư Dận chơi. Chị 7 đang chiên bánh bột, cho nó một nắm. Thằng bé khóc đòi ăn, nó đưa cho thằng bé một cái gặm chơi.

Về nhà, giao thằng bé cho chị Tư, rồi bị má sai đi chợ. Đến 11 giờ trưa, nó vừa bước vô sân, mồ hôi nhễ nhại chưa kịp bước vô nhà, đã nghe tiếng "bà chằn" the thé:

- Con Út đâu, vô đây!? Cho thằng nhỏ ăn bánh chiên làm gì để bây giờ nó ỉa chảy tùm lum nè!

"Bà chằn" vừa nói vừa xông ra với cây roi tổ bà dền. Nó sợ té đái dông ra đường chạy té khói không dám ngoái đầu lại. Gần 1 giờ trưa nó mới dám rón rén về, mong cho "bà chằn" đã ngủ trưa. Nhưng không đâu, bà đang ngồi đó cạnh cửa. Thấy nó, bà không rượt nữa, mà quầy quả vô nhà. Khi trở ra, bả ôm một đống sách vở, tập, cặp quăng ra sân. Nó ngồi ngoài đường khóc thút thít!

Nhớ hồi nó mới lên 7 - 8 tuổi, bà chị nó ngồi ăn hột vịt luộc, nói:

- Cưng xuống bếp lấy cho chị chút muối tiêu.

Đem muối tiêu lên cho chị Tư, nó vừa quay gót thì bị ngay một cái cú đầu nẩy lửa.

- Ai biểu, ngu vừa vừa thôi! Tui ăn có một cái hột vịt mà đem cả nắm muối tiêu!

Chị nó là vậy. Thương thì cũng thương mà đánh tóe lửa.

Ngày nó ra xe Lambretta ra phi trường theo chị Hai di tản, chị Tư đưa nó đi bùi ngùi hỏi nhỏ:

- Út đi thiệt sao? Còn ba má ai chăm sóc?

Nó thản nhiên trả lời:

- Em đi chơi vài tháng hè thôi!

Rồi thời cuộc đưa đẩy nó đi mất tiêu.

Hai mươi năm sau... Nó về, chị Tư đã... tóc nhuốm muối tiêu.

Sau đó, mỗi lần nó về, nó đưa chị đi chơi, khi chỗ nầy, khi chỗ nọ.

Mỗi lần xe nó về đến ngõ, chị luýnh quýnh chạy ra mừng. Nó nhìn chị Tư, lưng còng, tóc bạc, hai bàn tay chai cứng mà nước mắt rưng rưng.

Nghĩ mà thương hoàn cảnh của chị, một

nách bốn con nheo nhóc, chồng đi học tập, phải bỏ áo tiểu thơ, phải khuân vác nặng nề lo cho đàn con ngày đêm mà lúc nào cũng đói lên đói xuống.

Ngày nó đưa chị ra cồn Tân Châu chơi, trời mưa lất phất. Chị nó mượn cây viết và miếng giấy, rị mọ viết cái gì không rõ.

Lúc đưa nó đi, chị dúi vô tay nó miếng giấy đó. Nó chưa kịp đọc nhưng vẫn nhận ra nét chữ của chị vẫn còn đẹp dù có hơi run.

Về đến Mỹ, nó lục bóp, miếng giấy xếp làm bốn rớt ra.

HẠNH PHÚC BÊN EM

Em đi nửa vòng trái đất
Cho chị sống lại ngày thơ
Đau lắm, bên nhà ta mất
Kỷ niệm chôn trong nhà xưa

Chị em ôm nhau mừng rỡ
Đâu còn nước mắt cười vui
Lòng thương, thương em nhiều lắm
Chỉ thấy yêu mến ngậm ngùi

Em về cho tình ấm lại
Bao ngày xa cách nhớ thương
Nhìn em nói cười vui quá
Khắc khoải lo em lên đường

Chia tay cho em đi tiếp
Thăm lại quê hương dấu yêu
Quê em, quê chồng tha thiết
Tiếc phút bên em thật nhiều

Cho chị ôm em lần nữa
Để dành để nhớ
lúc xa...

Chị Tư
Trà Vinh, ngày 9 tháng 1 năm 2014

Nhớ tới cái cú ngày xưa của "bà chằn" quá! Bây giờ bả cú chắc không còn đau như hồi nhỏ. Tự nhiên mắt nó ướt nhem.

CÃI NHAU CHO VUI

Tôi có hai đứa cháu - một gái, một trai - gọi tôi là bà Út.

Tụi nó là bà con cô cậu với nhau.

Hồi tụi nó còn nhỏ, khoảng 10 tuổi, đi chơi với tôi, tụi nó cãi nhau miết.

Tụi nó cãi nhau về mọi thứ làm tôi muốn điên đầu. Tôi hỏi bé gái lớn tại sao thì nó nói:

- Con thích cãi với thằng Hào. Cãi mới vui bà Út.

Tôi ghét gây gổ, cãi cọ lắm. Tôi nói gì mà người khác không đồng ý, nói nầy nói nọ là tôi tránh ngay. Nhất là những người thích "cãi cho vui" như con bé cháu gái nầy.

Câu nói của con bé làm tôi phì cười mỗi khi nhớ đến nó.

Rồi tôi lại nhớ đến ba má tôi lúc ông bà

còn sinh tiền. Lúc trẻ, họ ít khi bất đồng ý kiến. Nhưng từ khi qua Mỹ, nhất là sau khi 2 ông bà ra ở riêng, họ cãi nhau suốt. Mỗi khi tôi đến thì nghe ba má lời qua tiếng lại. Không có chuyện gì to lớn hết, toàn chuyện gì đâu không.

Sau một thời gian quan sát, tôi thấy họ hay cãi nhau vì lý do "ông nói gà bà nghe vịt". Ví dụ ba nói: "Bà cho tui miếng chanh". Má nói: "Canh hết rồi". Ba nói: "Tui thấy còn 2 trái mà!". Má nói: "Cái gì, còn nước không tui đổ rồi!"... Thì ra má bị lãng tai nhiều rồi.

Hoặc má biểu ba: "Lấy giùm tui chén nước mắm để trên bếp". Ba nói: "Tui hong thấy chén nước mắm nào hết!". Má bực lắm: "Chời ơi, nó sờ sờ ra dó!". Hồi lâu, mới biết mắt ba bị cườm nên có thấy đâu.

Già khổ lắm. Làm gì, suy nghĩ gì, nói năng gì cũng chậm chạp hơn nên hai người bạn đời cứ chí chóe với nhau.

Nhưng thật ra họ thương nhau lắm. Đôi vợ chồng già trong căn nhà nhỏ, con cái bận đi làm ít thì giờ thăm hỏi. Mỗi lần tôi ghé về, ba má tôi hay nài nỉ bảo ở lại ăn cơm. Muốn lắm chứ nhưng tôi phải về lo cơm nước cho gia đình tôi. Công việc lúc nào cũng đầy ra đó. Nên dù chị em tôi cố gắng dành tất cả thì giờ ít oi tụi tôi có cho ba má, ba má ít khi được hài lòng về việc nầy. Ông bà lủi thủi bên nhau, cãi nhau về chén dĩa, tiêu hành, đường muối... Ấy thế mà vui. Họ luôn có nhau.

Rồi sau 10 năm ở Mỹ, ba tôi nhắm mắt ra

đi. Má không còn ai để "cãi cho vui" hết. Mỗi khi tôi ghé qua thăm, tôi thấy má ngồi buồn xo nhìn ra cửa như đang trông ba đi làm vườn khi ông còn sống.

Tôi hỏi:

- Má có muốn về Việt Nam ở với anh chị Sáu hay chị Tư không?

Má lắc đầu rươm rướm nước mắt:

- Về làm gì? Cảnh cũ còn đó mà người xưa không còn nữa, chỉ buồn thêm.

Bây giờ ba má đều đã quy tiên từ nhiều năm rồi. Tôi bắt đầu cảm thấy con bé cháu nói đúng. Cãi nhau mới vui. Vì có người bên mình để cằn nhằn, cãi nhau về những chuyện không đâu.

Bà nói gà, ông nghe cà. Bà quên tới quên lui, bỏ đâu quên đó, ông nói nầy nói nọ nhưng rồi ông kiên nhẫn đi tìm cho vợ.

Ông ghét cái cell phone khó xài, bực, đòi bỏ. Bà cáu nói: "Có gì khó đâu?". Ông cằn nhằn: "Chữ nhỏ xíu, anh hong thấy được". Bà lẳng lặng đi mua cái mới và set up cho ông.

Sáng trăng sáng cả vườn sau

Một condo nhỏ cãi nhau rồi cười
Cãi nhau ấy vậy mà vui...

Cám ơn cháu gái B.B đã cho bà Út một câu nói để suy gẫm và cảm thấy hạnh phúc tràn đầy trong tim.

Có người bên cạnh để cãi cho vui!
Hạnh phúc là đây!

1/16/2020

CHUYỆN BÂY GIỜ MỚI KỂ

Tôi có 3 anh rể. Một ông người Huế, hai ông người Bắc.

Ba má tôi có thành kiến với dân Bắc nhưng lại mến mộ dân Huế. Lý do: Ông sơ bên ngoại làm quan to dưới triều vua nhà Nguyễn, khi Tây vào đô hộ Việt Nam, ông từ quan vào Nam sinh sống bằng nghề thầy thuốc. Nghe ba má tôi kể lại, bên ngoại vẫn còn nhà thờ họ Nguyễn Viết, nằm dưới dốc Vân Lâu. Ba má tôi có ra thăm ông bà sui gia một lần ở Huế; có đến thăm nhà thờ họ, ba má tôi thấy vẫn còn chén vàng, đũa bạc của Vua ban cho.

Chị Hai tôi kể: Khi anh Hai tôi tới nhà ra

mắt ba má, thì bị má tôi lấy chổi chà rượt đánh và chửi là "Đồ trôi sông lạc chợ" vì anh Hai là... dân Bắc 54!

Còn anh Tư người Huế thì ba má tiếp đãi tận tình lắm. Khổ nỗi, má không hiểu được giọng Huế nên mỗi lần anh nói thì má đớ ra rồi hỏi con gái: "Nó nói gì vậy con?".

Lúc ông bà sui tương lai đỗ đường xa về hỏi vợ cho con thì ba má tiếp đãi long trọng lắm.

Ngồi chuyện trò nguyên buổi trưa, ông sui phì phà bình thuốc Lào.

Chiều đó, người lớn đi nhà hàng ăn mừng. Còn lũ con nít tụi tôi, gồm hai anh của tôi, là Tí, Tèo, và bé Út (bé Ái) là tôi - 6 tuổi - phải ở nhà. Hai ông anh "phá trời không mời Thiên Lôi" mở bình thuốc Lào, lấy hết tro và tàn thuốc lá trút vào. Ông bà sui gia đi ăn về, ra phòng khách ngồi. Ông sui lấy bình thuốc ra đốt và hút. Hít vô một phát, ông ho sặc sụa, rồi ôm ngực ho từng cơn tưởng sắp đứt hơi mà chết. Hai ông anh tôi đứng lấp ló bụm miệng cười. Ba tôi nghi ngờ hai thằng quỷ "phá nhà chay" bày trò, mở bình ra thấy toàn tàn thuốc lá! Ba lấy roi mây hỏi tội thủ phạm ngay tức thì. Hai anh bị ăn mấy roi tôi không nhớ rõ nhưng chắc là không đủ sợ vì 2 ông chưa bao giờ bỏ tật phá phách.

Giờ hai ông chầu trời hết rồi. Tôi mong hai ông an vui miền cực lạc, đừng đầu thai mà phá ai nữa!

Gần đây, đọc Facebook và thấy hình ảnh 2 cháu gái dẫn ba về thăm bên nội ở Huế, chạnh nhớ chuyện xưa.

Tôi có du lịch ra Huế vài lần mà chưa viếng được nhà thờ họ Nguyễn Viết. Áy náy lắm!

CHO VÀ NHẬN

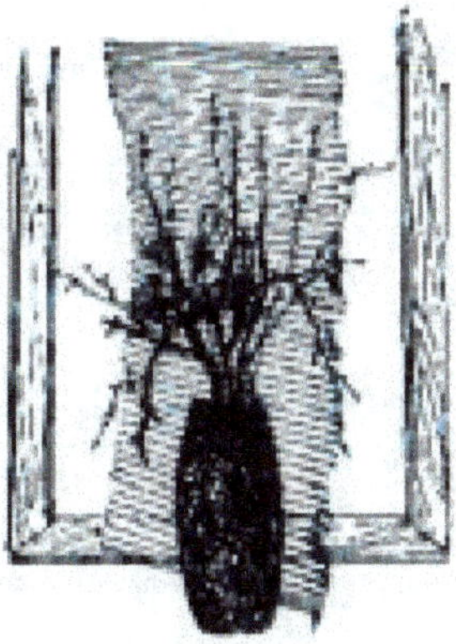

Hôm nay tự dưng chợt nhớ đến hồi mới tốt nghiệp Đại Học. Lần đầu ra làm việc; đồng lương tối thiểu (minimum wage) chết đói, nhưng vì không có kinh nghiệm phải chịu thôi. Trong 2 năm trời, không tiền mua xe hơi, phải còng lưng đi xe đạp. Khổ nhất là mùa đông. Đạp 3 - 4 dặm mà vì quá rét, đường xá trơn trợt, nên cảm tưởng như cả trăm dặm.

Sau 2 tháng dành dụm được khoảng 50 đô, tôi ra chợ mua cho ba 1 quần ngắn, mua vài hộp cá mòi và vài hộp thuốc không cần toa bác sĩ cho má. Vài tuần sau nhận được thơ chị Thúy Hòa gửi sang. Chị kể rằng chị nhận được tin đi nhận hàng thì mừng và nôn nao lắm. Chị phải thức dậy sắp hàng từ 4 giờ sáng. Sau 6 tiếng, lãnh đồ ra, hộp nhỏ xíu, le que vài món. Nhìn chung quanh ai cũng lãnh được những thùng thật to, quà có giá trị. Chị vừa mắc cỡ, vừa tức và buồn.

Tối đó, tôi nằm trong giường, nước mắt cứ trào ra.

Một ít lâu sau, tôi được xem phim "Cuốn Theo Chiều Gió". Tôi bắt chước cô Scarlet O'Hara, tự thề là không bao giờ để mình phải nghèo như thế nữa.

Từ đó trở đi, tôi luôn làm ít nhất là ba việc khác nhau. Và có khoảng thời gian vất vả khi phải vừa làm 3 việc vừa đi học Cao học.

Khi ba má tôi và chị Thúy Minh qua Mỹ, tài chánh của tôi đã khá vững để có thể giúp gia đình.

Giờ đây, tôi luôn cảm thấy mình rất may mắn. Có thể tôi không có tất cả những gì tôi muốn, nhưng đã có hết những cái tôi cần.

Và tôi đã có thể cho nhiều hơn nhận.

Tôi cầu Chúa chỉ lối để tôi có thể giúp những ai đang cần giúp đỡ.

Tôi cảm thấy may mắn hài lòng và hạnh phúc vô vàn. Xin chúc tất cả được bình yên, khỏe mạnh và một mùa Giáng Sinh thật êm đềm hạnh phúc.

20/12/2020

ĐÁNG THƯƠNG
HAY ĐÁNG TRÁCH!?

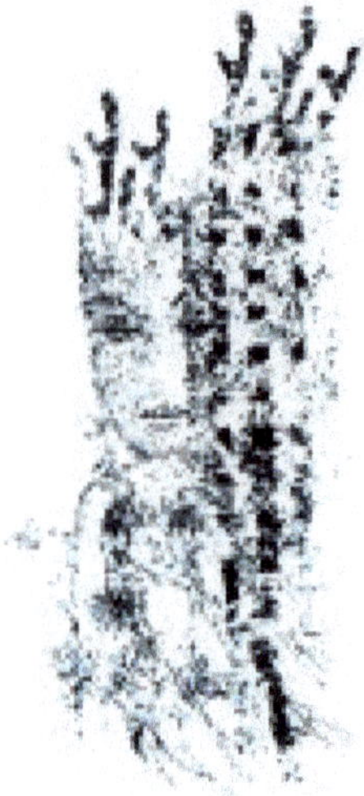

Người dân Việt Nam mình ở nước ngoài, dù là đi tị nạn (refugee) hay di dân (immigrant), cũng luôn là một trong những cộng đồng dễ thương nhất. Đa số làm việc vô cùng chăm chỉ và hiệu quả.

Khi đến Mỹ, tôi xin viết riêng về Việt kiều ở Mỹ thôi, thường là họ chỉ có... hai bàn tay trắng! Họ bất chấp gian khổ, nhận làm nhiều việc để đạt được American Dreams (Giấc Mơ Hoa Kỳ), có nhà cửa, có xe cộ. Không như ở Việt Nam, phải đủ tiền mặt mới sắm được. Ở Mỹ, họ chỉ cần bỏ ra 5 đến 10% (tiền cọc) thôi là đã mua được nhà đẹp, xe xịn rồi.

Nếu đã là cha mẹ, họ hy sinh rất nhiều cho con cái. Làm ngày làm đêm để con họ có đầy đủ vật chất không thiếu món gì, từ IPhone đến Ipad.

Không những lo cho gia đình nhỏ của mình, họ còn để dành gửi về cho bà con, bạn bè còn đang nghèo khổ, thiếu thốn hay giúp đỡ các nơi từ thiện.

Nhưng họ có tật xấu là thích "rẻ" không đúng chỗ.

Các bạn nữ không ngại bỏ ra cả ngàn đô để mua một cái bóp hiệu, nhưng khi mướn người làm thuế hay sửa nhà thì họ chẳng muốn chi tiền.

Và họ muốn kiếm người làm thuế nào kiếm cho họ được nhiều tiền refund mà bất chấp làm đúng hay sai. Họ luôn muốn trả công thật rẻ nên người làm thuế cho họ thường có kiến thức hạn hẹp vô cùng. Những người làm thuế này sẵn sàng làm sai bét để khách Việt không trả thuế nhiều, nhưng ngược lại những người này sẽ từ chối không bao giờ dám ký tên vì không muốn chịu trách nhiệm khi bị IRS kiểm tra.

Là một người chuyên nghiệp về thuế, tôi đã phải "dở khóc dở cười" khi một cô bạn đưa bản khai thuế của cô đã nhờ một người quen, ăn giá rẻ làm giúp. Gia đình có 3 mẹ con thôi, cô gái lớn trên 21 tuổi đã đi làm, cô nhỏ đang học part-time. Ba người có ba cái W-2 và một cái 1099-Misc. Ông làm thuế cứ nhắm mắt bỏ vào chung!

Một cô nữa, chủ tiệm nail, mướn một kế toán người Việt chuyên làm... giá rẻ. Sau gần 2 năm, mới khám phá ra là ông làm W-2 cho nhân viên của cô mà không hề nộp thuế cho FICA (liên bang) và cả SUTA (tiểu bang). Bây giờ Attorney General của Ohio đang kiện cô ra tòa để xiết nợ trên 60 ngàn đô. Mà cô ấy đâu phải là nạn nhân duy nhất của ông ta đâu, hàng trăm người bị dính vì cái ông nầy.

Về xin giấy tờ bảo lãnh thân nhân cũng vậy.

Nhiều người cũng nhờ "mấy ông thổ tả" làm vì ham rẻ.

Mấy ổng nhận rất rẻ, lúc thì $100 lúc thì $250 gọi là "giúp giùm". Nhưng... mưa nắng thất thường lắm, khi vui thì ông nộp đơn đàng hoàng, khi buồn thì ông ngâm đó, tháng nầy qua tháng khác, năm nầy qua năm nọ. Khi thiên hạ cần giấy tờ thì ông hẹn lần, hẹn lữa, kể cả không bao giờ bắt máy trả lời. Có người mãi sau 5 năm mới khám phá là ông lấy tiền mà chẳng nộp đơn! Những người đã bị ông làm hỏng việc ít khi nào dám mở miệng trách cứ vì ông "ăn rẻ, giúp dùm" mà! Nạn nhân của ông nầy mà thưa ông ra tòa là ổng đi tù lập tức. Nhưng họ có thì giờ đâu, vả lại ổng già cả rồi, thưa kiện chi cho tội. Và vì vậy nên ổng cứ tiếp tục hành vi vô lương tâm và vô trách nhiệm "giá rẻ" khắp cùng.

Những đấng cha mẹ Việt Nam thường tạo ra nhiều của cải, lo lắng cho con về vật chất nhưng con họ đa số thiếu thốn về tinh thần, con họ trở thành thờ ơ, xem cha mẹ không ra gì, chỉ nói khi chúng cần cái gì đó, ít khi chịu gần gũi tâm tình. Khi về già, buồn và cô đơn, con cái ít liên lạc, thăm hỏi. Không níu kéo thời gian lại được đâu.

Lại có một số người luôn muốn khai thu nhập thấp để được ở nhà housing của Chính phủ, lấy welfare, food stamp, Medicaid. Lúc muốn mua nhà thì không nhà băng nào chịu cho mượn, lại vội vã khai thuế cao lên. Có người hỏi: "Năm ngoái tui khai 20.000, bây giờ tui muốn mua nhà, sửa lại 50.000 được không?". Chịu thua luôn!

Tiền mặt thì không dám bỏ băng, không dám đầu tư, sợ mất Medicaid, không dám khai thu nhập cao vì thích được trợ cấp Obama-Care, nhưng về hưu không đủ Social Security mà sống. Lúc đó vừa vì lạm phát, vừa không còn tiền, hối hận cũng muộn rồi.

Tôi chỉ là một giọng nói kêu gào trong sa mạc, nhưng mục tiêu tôi là thuyết phục người Việt đừng nên ham rẻ và ăn gian thuế một cách vô lý nữa.

Xin tìm cho mình một người làm thuế có kiến thức, có trách nhiệm và lương tâm nghề nghiệp. Bổn phận công dân Mỹ là tự lo cho mình, đừng dựa vào phúc lợi Chính phủ nữa. Hãy để dành tài nguyên nầy cho những người già cả, tật nguyền và trẻ mồ côi.

Và xin luôn yêu thương, đùm bọc nhau nơi xứ lạ quê người.

TÔI MUỐN KỂ CHO BẠN NGHE VỀ COSTA RICA

Lần đầu tiên tôi nghe nói đến Costa Rica trong lớp học tiếng Tây Ban Nha ở trường đại học; lúc đó tôi không chú ý nhiều đến nó. Lần thứ hai tôi biết đến Costa là qua chồng tôi. Anh ấy có vẻ rất đam mê đất nước Trung Mỹ này. Anh ấy đưa tôi đến đó lần đầu tiên vào tháng 5 năm 2001.

Đêm đầu tiên ở San Jose, Costa Rica, chúng tôi ở Casa Maria, một nhà nghỉ chỉ phục vụ bữa sáng thuộc sở hữu của một người đàn ông Mỹ, Bill. Chúng tôi thuê một chiếc xe hơi và anh chở tôi đi khắp các vùng khác nhau của Costa Rica. Vào thời điểm đó, những cái tên hầu như không được ghi nhớ trong lòng: Quepos, Manuel Antonio, Dominical, St. Isidro. Đáng nhớ nhất là Vườn Bướm, khách sạn California và chuyến cưỡi ngựa chúng tôi đến Thác Nước.

Sau đó chúng tôi thuê một biệt thự ở một ngôi làng nhỏ ở vùng phía Nam Costa Rica, Ojochal. Nó rất đẹp, có 3 phòng ngủ, 6 mẫu vườn nhiệt đới tươi tốt, một hồ bơi và một nhà bếp ngoài trời. Chúng tôi dành nhiều thời gian lái xe quanh làng, sau đó đến thăm Don Juan, một người Tico (như người Costa Rica bản địa tự gọi mình). Chúng tôi đi câu cá với Don Juan trên sông Terraba; ông ấy đã bắt được một vài con. Chúng tôi không may mắn như vậy.

Chúng tôi quay lại lần thứ hai vào năm 2005, lưu trú tại một vài khu nghỉ dưỡng và nhà nghỉ (B&B) nhưng nó không thú vị bằng.

Năm nay lại đến lượt ông xã chọn địa điểm nghỉ dưỡng và chúng tôi quay lại Costa Rica.

Lần này tôi lên mạng và chọn những

khách sạn cho đêm đầu tiên và đêm cuối cùng ở San Jose.

Đêm đầu tiên, tôi đặt chỗ ở Amistad, một nhà nghỉ nhỏ mà tôi nghĩ là gần Sân bay. Ít nhất đây là những gì tôi đọc được. Nhưng thật ra không phải vậy; thực ra nó nằm trong một khu dân cư nhỏ ở trung tâm San Jose. Chi phí là 45 USD một đêm bao gồm bữa sáng. Phòng thì nhỏ, bữa sáng thì tệ.

Comida Tipica, nói cách khác, một đĩa ăn sáng thông thường bao gồm gallo (gạo và đậu), Huevos (trứng) và salchicha (xúc xích).

Sau đêm đầu tiên, chúng tôi lái xe đến Esterios Del Norte, một thị trấn nhỏ, êm đềm, với khu nghỉ dưỡng xinh đẹp tên là Delfin. Delfin ẩn mình dưới rặng dừa nhìn ra Thái Bình Dương với hàng dặm bãi biển hoang vắng. Những cây dừa làm tôi nhớ đến Việt Nam rất nhiều.

Khi rời Delfin, chúng tôi tới Quepos; vì mùa đông được coi là mùa cao điểm ở khu vực này trên thế giới nên chúng tôi không thể tìm được bất kỳ chỗ ở nào có sẵn. Vì thế chúng tôi tiếp tục lái xe cho đến khi tới Ojochal. Chúng tôi buộc phải ở lại qua đêm trong một căn phòng nhỏ tồi tàn. Giá là $50 đô la một đêm bao gồm ăn sáng. May mắn thay, chúng tôi đã có thể thu xếp được với người quản lý biệt thự mà chúng tôi đã thuê sớm hơn hai đêm so với thỏa thuận ban đầu.

Chúng tôi nói với nhau rằng đây là một cuộc thử nghiệm về việc nghỉ hưu. Chúng tôi hầu như không làm gì trong hai tuần. Chúng tôi muốn trải nghiệm cảm giác khi về hưu. Chúng tôi đã rất bận rộn trong những năm gần đây; chúng tôi không biết cách thư giãn. Trong hai ngày, thật khó để buông tay. Không có máy tính, không có internet, không có TV, không có điện thoại và ngoại trừ những chú gà trống, không có đồng hồ báo thức. Chúng tôi hơi lo lắng; nếu việc nghỉ hưu diễn ra như thế này thì chúng tôi có thể chưa sẵn sàng.

Nhưng sau ngày thứ ba, chúng tôi bắt đầu quen dần với thói quen đó. Minh (ông xã) thức dậy trước và đi ra vườn lấy cam và agua pipa (nước dừa) bằng con dao rựa mượn được. Sau khi uống cà phê, chúng tôi ăn sáng, đọc sách, bơi lội và làm rất ít việc cho đến khi mặt trời ló dạng trên những cây chuối, sau đó chúng tôi thu dọn đồ dã ngoại và đi đến bãi biển.

Chúng tôi đến thăm Don Juan và vợ ông ấy là Olga để hỏi xem liệu chúng tôi có thể sắp xếp một chuyến đi câu cá nữa không. Chúng tôi được biết từ Don Juan (tên thật là Juan Valdez, giống anh chàng trong quảng cáo cà phê Columbian) rằng bạn của Minh, bà Suzie, một phụ nữ Mỹ đến từ Juniper, Florida vừa qua đời, và Don Juan, hiện đã lớn tuổi, không thể đưa chúng tôi đi câu cá được nữa, nhưng con trai

ông, Miguel, sẽ sắp xếp một chuyến đi câu cá với giá 150 đô la một ngày.

Một tuần sau, chúng tôi mời Don Juan và vợ anh ấy đi ăn tối tại Crystal Ballena, một địa điểm tuyệt đẹp thuộc sở hữu của một nhà phát triển người Áo. Chúng tôi đón Giao thừa với những người Canada gốc Pháp tại một địa điểm nhỏ mà chủ nhân là một "người Pháp đích thực" đến từ Avignon, như ông tự hào nói với Minh. Chúng tôi cũng cưỡi ngựa trở lại và thăm Paso Canoas, thị trấn giáp ranh với Panama.

Mặc dù có tới 100 vết muỗi đốt khắp người nhưng tôi bắt đầu thích ở đây. Tôi bắt đầu mến mộ sự dịu dàng của Ticos và Ticas. Tôi thích trò chuyện bập bẹ bằng tiếng Tây Ban Nha với Don Juan, một người hoàn toàn mù chữ, cực kỳ nghèo, sống trong một túp lều nhỏ nhưng có rất nhiều nét dễ mến và phẩm giá hơn những người có học thức mà tôi từng biết. Tôi bắt đầu thích tiếng gà trống, ánh nắng rực rỡ và sự tĩnh lặng, êm ả của ngôi làng nhỏ này.

Trở lại San Jose, chúng tôi ở khách sạn đã

đặt trước, Gran Hotel Costa Rica. Đây là một cơ sở bốn sao và là một địa danh lịch sử về kiến trúc, Gran Hotel toát lên vẻ duyên dáng và sang trọng của thời kỳ đã qua, như được thấy ở Casa Blanca, Breakfast at Tiffany hoặc những nơi tương tự.

Tôi đoán anh Minh cảm thấy thoải mái, quen thuộc ở Costa Rica, đặc biệt là Ojochal, giữa những người bạn Quebecois của anh ấy. Tôi cũng trở nên bớt sợ hãi hơn và mất cảnh giác hơn một chút. Không giống như Cleveland hay bất cứ nơi nào ở Hoa Kỳ, tội phạm nghiêm trọng không phải là vấn đề ở "vùng sinh thái" này.

Giờ đây, chúng tôi đã trở lại Ohio, lạnh cóng và ẩm ướt. Vâng, chúng tôi đang quay trở lại với lịch trình bận rộn thường ngày.

Tuy nhiên, chúng tôi đang có một điều đáng mong chờ, đó là một chuyến đi nghỉ dưỡng khác tới Việt Nam vào cuối năm nay.

Có lẽ anh Minh sẽ nói chuyện với tôi về việc quay lại Costa Rica vào tháng 5. Chúng tôi hy vọng được gặp lại các bạn vào mùa xuân. Hoặc thậm chí có thể trước đó.

Pura Vida nhé mọi người!

Lời chào luôn được trao đổi vui vẻ giữa Ticos giờ đây đang được gửi đến các bạn, tất cả những người bạn thân yêu của chúng tôi. "*Pura Vida*" có nghĩa là "*Hãy có một cuộc sống trong sáng và tuyệt vời!*". Chúng tôi chúc bạn một năm mới, năm Ất Tị, thật hạnh phúc. Cầu mong mọi mong muốn của bạn đều thành hiện thực và mọi quyết tâm của bạn đều thành công mỹ mãn.

Thân mến!

I WOULD LIKE TO TELL YOU ABOUT COSTA RICA

I first heard of Costa Rica in my Spanish class in college; did not pay much attention to it at the time.The second time I heard about Costa Rica was through my husband Minh. He seemed to be very passionate about this country in Central America. My first visit there was in May, 2001.

The first night in San Jose, Costa Rica we stayed at Casa Maria, a Bed & Breakfast owned by an American man, Bill. We rented a car and Minh drove me around to different parts of Costa Rica. The names, at the time, barely registered: Quepos, Manuel Antonio, Dominical, Uvita, St. Isidro. Most memorable were butterfly garden, Hotel California, and the horseback riding tour we took to the waterfalls.

We then rented a villa in a little hamlet in the Southern region of Costa Rica, Ojochal. It was nice, 3 bedrooms, 6 acres of lush tropical garden, a swimming pool, and an outdoor kitchen. We spent a lot of time driving around the village, then visit Don Juan, a Tico (as the native Costa Ricans call themselves). We went fishing with Don Juan on the Terraba river; he caught a few. We were not as lucky.

We came back the second time in 2005, staying at a couple of resorts and B&B. The highlight was a visit to Tabacon, a vocano hotspring. It was nice, but we did not go to

Ojochal and we did not feel rested.

This year, again, it was Minh's turn to pick a vacation spot and back to Costa Rica we went. I searched the internet and picked out the hotels for first and last nights stay in San Jose.

For the first night, I reserved Amistad, a little motel, which I thought was close to the Airport. At least this was what I read. Well, as it turned out, it was in a little residential neighborhood, centrally located in San Jose. The cost was $45 a night including breakfast. The room was small, the breakfast was a ComidaTipica, in other words a common breakfast plate that includes gallo pinto(rice&bean), huevos (eggs), and salchicha (sausage).

But the gallo pinto was the best I tasted thus far.

After our first night we drove to Esterios del Norte, a sleepy little town with a beautiful resort named Delfin. Nestled under a coconut grove over-looking the Pacific Ocean with miles and miles of deserted beach, Delfin and its coconut trees reminded me so much of Vietnam. When we left Delfin, we went to Quepos; since the winter is considered high season in this part of the world, we could not find any available lodging whatsoever. So we kept on driving until we reached Ojochal. We were forced to stay in a little dinky room for the night. The price was $50 including breakfast. Fortunately we were able to arrange with the manager of the villa which we rented for two more nights earlier than initially agreed.

We told each other that this is a retirement trial. We would do almost nothing for two weeks. We want to experience what it feels like to retire. We have been so busy in recent years; we do not know how to relax. For two days, it was difficult to let go. There was no computer, no internet, no T.V., no telephone, and except for the roosters, no alarm clock. We were a bit uneasy; if this is what retirement is like, we may not be ready for it. But after the third day, we started to get used to the routine.

Minh woke up first and headed for the garden to get oranges and agua pipa (coconut juice) with his borrowed machete. After coffee, we ate breakfast and we read, swam, and did very little until the sun reached above the banana trees, then we packed a little picnic and headed to the beach.

We went to visit Don Juan and his wife Olga to ask if we could again arrange a fishing trip. We learned from Don Juan (his real name is Juan Valdez, like the guy in the commercial for Columbian coffee) that Minh's friend, Suzie, an American lady from Juniper, Florida has just passed away, and Don Juan, was now up in age, could no longer take us fishing, but his son, Miguel, would arrange a fishing tour for $150 a day.

The following week, we invited Don Juan and his wife out to dinner at Cristal Ballena, a breath-taking picturesque resort owned by an Austrian developer and we celebrated New Year's Eve with the French Canadian folks at a little place whose owner is a "real French" from

Avignon, as he proudly told Minh. We also went horseback riding again, and visited Paso Canoas, the town bordering Panama.

Despite the 100 mosquito bites covering all over my body, I started to like it here. I started to appreciate the gentleness of Ticos and Ticas. I liked to make limited Spanish conversation with Don Juan, who's, being completely illiterate, extremely poor, living in a small hut, but possessing so much grace, integrity, and dignity than many educated people I know. I

started to like the sounds of the roosters, the brightness of sunshine, and the still, quietness, of this little village.

Back in San Jose, for $70 per night including breakfast, we stayed at the hotel I already reserved, the Gran Hotel Costa Rica. A four star establishment and a historical architecture landmark, the Gran Hotel Costa Rica exuded so much grace and elegance of the bygone era, seen in Casa Blanca, Breakfast at Tiffany or the likes.

I guess Minh feels at home in Costa Rica, particularly in Ojochal, among his Quebecquois friends. I have become less apprehensive too and let my guard down a little bit. Unlike Cleveland or any where else in the United States, serious crimes are not a problem in this "ecoland."

And for those who are frugal, a hair cut in Costa Rica is $2-3 USD while manicure is a mere $7 bucks *

Now, we're back in Ohio, freezing cold and wet. Yes, we're back to the routine of hectic schedules.

But, we have something to look forward to, another vacation trip to Vietnam at the end of this year. Maybe Minh will, again, talk me into going back to Costa Rica in May.

For those friends in Ohio, we do hope to see you sometimes in spring. Or maybe even before that.

Pura Vida!

The greeting which is always cheerfully exchanged between Ticos, is now being sent to you, all of our dear friends. Have a pure and wonderful life!

May all your wishes come true and all your resolutions accomplished.

Warmest Regards

MÃI MÃI CHẲNG BAO GIỜ

Tôi không ngờ tôi quen anh gần 10 năm. Tình cảm qua thơ văn thế mà sâu đậm hơn tôi tưởng. Những tháng đầu mới làm quen qua SCV tôi thường trao đổi những bài thơ dễ thương với anh. Hồn thơ tôi có dịp bay bổng lên không gian tìm về những ngày tháng đẹp như mơ của tuổi học trò.

Có lẽ tình cảm tôi dành cho anh thay đổi khi tôi đăng một bài thơ có tựa đề "Đến Bao Giờ?" lên SCV có 4 câu:

Tìm bao la cho tình ai thánh thiện
Nén lòng yêu đem nhớ giấu vào thơ
Ào ạt tựa suối nguồn tràn ra biển

Để nhiều khi tự hỏi đến bao giờ?

Anh đã trả lời:

Một chiều vàng cánh chim buồn lẻ bạn
Hương tình gieo vần thương nhớ vào thơ
Đến bao giờ suối nguồn thơ sẽ cạn
Trả lời em: Mãi mãi chẳng bao giờ!

Tôi không bao giờ quên được buổi tối đó khi đọc những vần thơ nầy trên SCV. Tôi in ra và đọc đi đọc lại không biết bao nhiêu lần trong đêm đó.

Dần dà, tôi và anh trở thành "2 người tình trong mộng".

Anh đã có gia đình, và tôi, trước khi quen anh vài tháng đã gặp một người tâm đầu ý hợp để trở thành chồng vợ. Tôi yêu chồng tôi lắm.

Trước kia, trái tim tôi trở thành sa mạc, tôi chẳng muốn dan díu tình cảm với ai, tôi như một cái xác không hồn và trái tim tôi cằn khô.

Khi tôi gặp người tôi thương ở Việt Nam, tôi như một người đang chết đuối được thấy cái phao. Tôi như một đóa hoa đang chết khô được có cơn mưa về. Chồng tôi cho tôi thật nhiều những gì một người đàn bà bình thường khao khát, từ vật chất đến tinh thần. Nhưng chồng tôi không cho tôi được những bài thơ uyển ảo.

Tôi biết ngày cưới của tôi anh buồn lắm, nhưng mối tình thơ lãng mạn của anh và tôi cũng chỉ là thế thôi, chỉ có trong thơ và trong mơ mà thôi.

Đôi khi nằm trong vòng tay ân ái của chồng tôi tưởng tượng đó là anh. Tôi tìm đọc lại những bài thơ anh gửi tặng tôi mà nghe một

nỗi buồn nhè nhẹ, tôi nhấc bút làm bài thơ *"Hương Xưa"*:

Đọc vần thơ nửa chừng nghe mắt ướt
Chút tình xưa như đóm lửa trong đêm
Gối chăn nào tha thiết gọi hoài tên
Trong giấc mộng êm êm ai nào biết

Có lần, tôi gọi nhắn máy chúc mừng sinh nhật anh, không ngờ vợ anh nghe được nổi cơn ghen. Chu choa ơi, đàn bà ai mà không ghen, nhưng tôi cũng sợ cái ghen của bà ấy. Bà ta nào biết là tôi đang có một cuộc sống êm đềm hạnh phúc. Tôi chẳng muốn cướp chồng ai cả. Tôi chỉ muốn yêu trong thơ, một tình yêu hoàn toàn trong trắng. Tôi củng chẳng hề muốn hẹn gặp anh bao giờ, dù cách đây 10 năm tôi đùa với anh là tôi sẽ gặp anh khi tôi và anh quen nhau được 10 năm. Nhưng tôi không muốn ai buồn khổ vì tôi, nên tôi xin anh đừng gọi tôi nữa, và tôi cũng thôi không làm thơ. Tôi lao đầu vào công việc, việc sở, việc nhà, việc từ thiện, việc kiếm thêm tiền hay giúp chồng lo cho khách hàng. Tôi hầu như đã quên hẳn đi Hoa Nắng Vườn Mơ đó, nơi tôi hò hẹn tình tự cùng anh qua những bài thơ.

Nhưng anh vẫn đến với tôi qua những giấc mộng thật nhẹ nhàng huyền ảo. Và anh không để tôi quên anh. Thỉnh thoảng anh hay gọi tôi và nhắc: "Còn 5 năm nữa, còn 3 năm nữa, còn 2 năm nữa." Và bây giờ, kỷ niệm 10 năm sắp đến, anh càng nhắc thường hơn. Và trong bài *"Lời Hẹn 10 Năm"* anh viết:

Lời hẹn đó khắc ghi lòng sông núi
Dù quan san mờ mịt cũng quay về
Hay cuồng phong bão nổi mấy sơn khê
Anh sẽ đến thỏa lòng mười năm đợi...

Đôi khi tôi nghĩ đến lời hẹn 10 năm rồi tự hỏi: Nếu tôi có thể gặp anh thì tôi sẽ muốn gặp anh ở đâu?

Tôi đã đi du lịch nhiều nơi trên thế giới từ Âu qua Á, từ Trung Mỹ qua Nam Mỹ và Bắc Mỹ. Tôi liên tưởng đến Quế Lâm với hàng cây xanh mát nghiêng mình bên giòng Lý Giang thơ mộng làm sao. Tôi đã lang thang theo con đường đó và mơ được sánh vai người yêu đi trên con đường lất phất mưa bay. Hay hẹn gặp anh ở Paris, tại một quán cà phê nào đó trên đường Champs-Élysées dập dìu du khách. Đôi khi tôi mơ gặp anh trên một chuyến tàu hỏa tại Thụy Sĩ để cùng nhìn rặng Alps soi mình trên hồ Walensee đẹp tuyệt vời. Có thể tôi sẽ mời anh về lại tỉnh lỵ Trà Vinh, quê tôi đó với những vườn dừa xanh để tôi có dịp uống cùng anh trái dừa Xiêm ngọt mát, như trong bài *"Mời Anh Về Quê Em"*:

Em mời anh tạm dừng chân giải khát
Quán nghèo nàn nên không có gì ngon
Ngồi đi anh trên chiếc ghế đẩu con
Dừa Xiêm ngọt uống vào cho đỡ khát

Tôi sẽ muốn gặp anh ở đâu? Đôi khi tôi tưởng tượng mình sẽ tình cờ gặp nhau tại Vegas, vì tôi có một ngôi condo rất xinh xắn ở đó. Và anh cũng hay về đó vui chơi. Cũng có thể tôi tìm ra biển. Buổi sáng cùng phi ngựa trên bãi cát trắng khi mặt trời vừa nhô lên mặt biển. Cũng có thể điểm hẹn là một nơi tôi chưa từng đến bao giờ, như Úc Châu chẳng hạn. Hay Tân Tây Lan? Hay ở tiểu bang Cali, nơi anh cư ngụ?

Những hình ảnh thật thơ mộng đôi khi mang hồn tôi bay đi trong những giờ làm việc thật nhàm chán và thỉnh thoảng nó làm tim tôi xao động thật nhiều. Tôi tự hỏi khi gặp anh việc gì sẽ xảy ra. Anh hay bảo tôi "Anh chỉ muốn nhìn em, chắc còn không dám nắm tay nữa, đừng sợ!".

Tôi không sợ sự va chạm của xác thịt, tôi chỉ không muốn anh hay tôi bị hụt hẫng và thất vọng. Cũng có thể là nước mắt của tôi sẽ trào dâng vì cảm động.

Tôi không biết anh sẽ nghĩ gì về tôi. Tôi không là một người đàn bà có vẻ đẹp liêu trai với mái tóc dài đầy gợi cảm. Tôi không đẹp, cũng không xấu. Như những lời quảng cáo trong các mục tìm bạn bốn phương: "Tôi trung bình về mọi phương diện" hoặc "Đẹp xấu tùy người đối diện."

Nhưng tôi rất khác với những người anh đã gặp, chắc chắn là như vậy. Thật sự, tôi rất sợ phải gặp anh. Tôi không muốn phải mất hình ảnh thật đẹp của anh trong những giấc mộng của tôi. Tôi không muốn mất đi những dòng thơ rạt rào đầy ắp mộng mơ của tuổi 15 - 17. Và sau bao nhiêu nghỉ suy nghĩ, tôi đã quyết định rồi. Tôi sẽ mời anh đến gặp tôi để:

Hình như đã... Mà thôi đừng vội nhé

Cả trời thơ ôm ấp một vườn mơ
Giàn hoa xinh vẫn e ấp đợi chờ
Cơn gió thoảng mơn man đài hoa mịn

Có ai gửi một nụ hôn thầm kín
Hòa theo thơ dẫn lạc lối đào nguyên...

Và điểm hẹn sẽ là những nơi anh và tôi đã đến “Trong Mơ”.

TÌNH MÂY KHÓI

Chiều thu.

Lá trở mình nhè nhẹ bên đường.

Mưa rơi trên lá những nụ hôn lạnh mềm. Ngoài khung cửa sổ một màu xám buồn đang trải trên cánh đồng trống mênh mông.

Reng reng, reng... reng...

Tiếng chuông điện thoại reo vang làm Nắng giật mình trở về thực tế của cái văn phòng bé. Tiếng người sếp trẻ đầy mệt nhọc phát lên:

- Hello Nang, I think I need your help.

Nắng nén cơn bực mình, nhỏ nhẹ hỏi:

- How may I help you?

Thì ra sếp cần Nắng đi dự thế anh ta một cuộc họp quan trọng ở San Diego.

Nắng nghe trong lòng nửa vui nửa buồn.

San Diego.

Một nơi xa thật xa cái làng vắng teo vắng ngắt nầy mà Nắng đang cư ngụ - Nơi đó có một hình ảnh thật xa lạ nhưng lại cũng vô cùng gần gũi trong tim của Nắng. Xa lạ vì Nắng chưa bao giờ được hân hạnh đối diện lần nào, nhưng gần gũi làm sao, vì bao nhiêu tình thơ, những đứa con tinh thần yêu quý nhất của Nắng được ra chào đời mang hình bóng đó.

Nắng không hề có một mong ước nhỏ nhoi nào đi tìm gặp Người Đó cả. Nắng đang thật tình hài lòng với những gì đang có. Một mái nhà êm đềm xinh xắn, một đấng phu quân biết lo lắng cho gia đình, vợ con, chăm chỉ làm ăn, lại có tính tình đằm thắm được mọi người chung quanh quý mến nể trọng. Nhưng, có những buổi chiều như hôm nay, Nắng lại nghe một cảm giác thẩn thẫn thờ như linh hồn Nắng đã xa lìa thể xác và đang lướt thướt bay xa...

Bước xuống phi trường San Diego và leo lên chiếc Taxi đi về khách sạn, Nắng dán mắt vào khung cửa nhỏ để tầm mắt dõi xa xôi qua những ngọn đồi trọc hai bên đường.

Nắng vẫn thắc mắc tại sao hầu như ai cũng thích cái thành phố nầy. Biển ở đây không có gì đẹp, cát cũng không được trắng. Cây cối cũng chẳng có là bao; nó thiếu màu xanh của nơi Nắng ở.

Thời tiết thì đẹp đấy, nhưng Nắng thích nơi nào có mùa đông hơn. Để Nắng có thể nhìn tuyết rơi trắng xóa và khi Nàng Thơ của Nắng đến thăm bất chợt, cả hai lại rủ nhau đi lang thang trong tuyết nghe cái lạnh buốt cấu xé da thịt theo từng cơn gió. Sau đó lại trở về làm một tách trà nóng hổi bên cạnh lò sưởi hồng có lửa kêu tí tách. Và Nắng lại làm thơ cho Người Đó đọc.

Nắng nhớ lại trước khi đi Nắng đã gọi Người Đó cho biết là Nắng sẽ đến San Diego dự cuộc họp có tầm vóc đáng kể nầy. Người Đó đã tỏ ra ngạc nhiên lắm vì Anh cũng vừa mới ghi tên đi dự. Giữa thời buổi kinh tế khó khăn đi họp gần nhà được cấp trên chấp thuận dễ dàng, lại được xem là biết cách để dành tiền cho sở.

Nghe tin nầy Nắng lo lắng vô cùng. Nắng chẳng bao giờ muốn gặp Người Đó và thường hay tự đùa là:

Người ơi gặp gỡ làm chi?

Trăm năm chẳng có duyên gì thì thôi.

Nhưng Nắng biết là Nắng chẳng bao giờ muốn làm xáo trộn cuộc đời đang êm như giòng sông Cửu hiền hòa nầy đâu. Nắng đã định cáo bệnh ở nhà, nhưng trong thâm tâm lại có cái gì nôn nao réo gọi. Ừ thì cứ đi. Đừng chường mặt ra cho người ta thấy là được rồi. Ở đó sẽ có khối đàn bà Á Đông đi dự đó mà. Lo gì?

Thế là Nắng cứ đi. Đi về cái nơi đáng ghét đó và mong rằng không ai biết Nắng là ai.

Ngày họp đầu tiên qua nhanh chóng và Nắng tạm yên tâm vì không gặp khuôn mặt nào quen cả. Về lại phòng, tắm rửa thay quần áo Nắng mặc vào bộ đồ sườn xám bằng tơ trắng. Đứng chải đầu bên cạnh tấm gương lớn, Nắng thở dài. Hình ảnh của Nắng bây giờ không còn là cô bé hay mặc áo đầm đỏ, thắt bím có cài nơ trắng, trẻ trung, xinh xắn trong tập thơ ngày xưa. Tóc đã thưa dần nên Nắng cắt đi cho gọn.

Đôi mắt vẫn sáng long lanh nhưng những nếp nhăn nhỏ rít bắt đầu xuất hiện ngày một rõ ràng. Và tiếng cười rắn mắt giòn tan ngày xưa bây giờ chỉ còn một nụ cười không tự nhiên cho mấy.

Nắng lững thững xuống phòng dạ hội (Ball Room). Người đông như kiến. Nắng lách mình đến một góc phòng rồi nhón chân nhìn chung quanh. Tiếng cười nói lao xao làm Nắng khó chịu, nhức đầu. Nắng rất ghét nơi đông người. Dợm bước đi ra ngoài, Nắng vội ngừng lại như chiếc xe vừa thắng gấp. Nắng đã thấy rồi và nhất định không lầm đâu. Người Đó, khuôn mặt y như trong hình, nhưng tóc hoa râm nhiều hơn trong ảnh đang đi về hướng Nắng. Không chút ngượng ngùng, không có vẻ gì e ngại, người đàn ông đến bên cạnh Nắng, đưa tay ra nắm chặt bàn tay Nắng nhẹ nhàng hỏi:

- Nắng có nhớ anh không?

Nắng tưởng chừng như một luồng điện 1000 volts vừa chạy qua cơ thể. Muốn giựt tay lại nhưng tay Người Đó vẫn nắm chặt tay nàng. Muốn chạy đi nhưng hai bàn chân như có nam châm hút vào đất. Muốn mở miệng nói, nhưng có cái gì chặn ngay cổ làm Nắng nghẹn ngào không thốt lên được lời nào. Người Đó đưa tay kéo Nắng đến gần. Khi gò má trái chạm vào ngực của anh chàng xa lạ đó thì đôi mắt Nắng đã mờ đi với hai dòng lệ nóng. Cùng lúc đó tiếng nhạc Piano thánh thót êm đềm trỗi lên từ đâu đấy. Chung quanh tiếng cười nói cũng đã biến đi. Ánh đèn sáng rực được thay đổi bằng ánh sáng huyền ảo dịu dàng. Nắng không còn cách nào hơn là úp mặt vào ngực của con người Đáng Ghét Đó mà để những dòng nước mắt tròn bao nhiêu cảm xúc vui buồn, giận hờn, thương ghét tuôn ra như Nắng chưa bao giờ được khóc trong đời. Như người say ma túy, hồn chơi vơi trong tiếng nhạc, Nắng chẳng biết mình đang ở đâu, Thiên Đàng hay Địa Ngục, chỉ biết thời gian đã ngừng trôi và ngày mai xa thăm thẳm. Chung quanh đám đông chỉ là một bóng mờ quay cuồng theo tiếng nhạc nhiệm mầu.

Nắng muốn nói nhiều lắm. Muốn trách nhiều lắm. Nhưng lại lặng yên thật lâu tưởng chừng như thiên thu đã trôi qua. Nắng nhắm nghiền hai mắt mà nghe một cảm giác ngọt ngào bao phủ từng tế bào. Ngày mà Nắng tưởng sẽ không bao giờ xảy ra đang đến với Nắng thật bất ngờ. Đã bao lần Nắng vẫn gọi thầm tên Người Đó, trong những buổi chiều lái xe về trên xa lộ, những lúc ngắm trăng tròn vằng vặc soi qua phòng ngủ, những lúc mê đắm ái ân nửa đêm về sáng: H ơi!

- Dậy đi em. Tới giờ dậy rồi cưng!

Nắng nghe tiếng chồng âu yếm gọi và quay lại vừa lúc đón nhận những nụ hôn mặn nồng chồng trao lên má.

Nắng năn nỉ:

- Cho em mười phút nữa nha!

Rồi như con mèo con quấn chặt chăn vào người vẫn còn bàng hoàng vì giấc mộng liêu trai, Nắng thì thầm trong bóng tối:

- Nắng vẫn nhớ về Anh.

Suốt ngày ở sở bận bịu với việc làm. Mãi đến giờ ăn trưa mới có thời giờ nghĩ đến giấc mộng đêm qua. Nắng mặc đồ ấm, quàng chiếc khăn đỏ lên vai rồi thả bộ theo con đường làng có hai hàng cây đầy lá vàng nhuộm nắng.

Một niềm đau nhè nhẹ rót vào tim:
Xin cứ hẹn trong mơ người yêu dấu
Tình Thiên Thu không gặp vẫn Thiên Thu
Vòng tay nào ru ngọt giấc Mộng Du
Hẹn nhau nhé khi nửa đêm về sáng...

BÁNH ỐNG TRÀ VINH

Bà Đốc Nhẫn đang ngồi kiểm điểm lại mấy rổ mận mà cô ở người Miên vừa hái từ vườn vào, thì nghe tiếng lao xao nói chuyện ở ngoài cổng rào. Bà ngẩng cổ nhìn ra thì Dên, cô người làm đã chạy vào thưa:

- Dầy(1) ơi, có khách.

Bà chưa kịp đứng dậy thì một người đàn ông trẻ mặc quần tây màu xanh dương và áo chemise trắng đã ngấp nghé ở ngưỡng cửa:

- Xin lỗi Bác, cháu nghe nói ở đây có cho mướn nhà.

Bà Đốc gật đầu chào người đàn ông Bắc Kỳ lạ mặt.

- Chào ông, tui còn một căn trống hà. Vừa nói bà vừa quay ra sau với cái ống nhổ cổ trầu để trên bệ cửa sổ.

Chàng thanh niên có dịp quan sát người đàn bà trung niên trước mặt mình. Bà Đốc có lẽ chỉ ngoài 50 tuổi một chút. Bà chủ nhân họ Vương của cái biệt thự với một ngôi vườn đẹp nổi tiếng Trà Vinh ăn mặc rất xuềnh xoàng. Cái quần saten trắng ngà cũ, và cái áo cánh mỏng màu trắng có chấm bông li ti. Tóc bà không nhiều, dược búi tó gọn gàng. Mấy cọng tóc bắt đầu bạc lòa xòa trước trán. Da mặt bà không trắng nhưng rất mịn màng. Chân mày bà không vẽ, má không đánh phấn hồng, nhưng môi lại được thoa một màu đỏ tía. Bà trông không đẹp, không sang, nhưng lại toát ra một vẻ gì thanh nhã và thân thiện.

- À, ông tên là gì?

Câu hỏi của bà Đốc chợt dưa chàng thanh niên trở về thực tại.

- Dạ, xin bác gọi cháu là Huân. Cháu ở trong Không Quân vừa được biệt phái về đây, Cháu đã có một căn phòng nhỏ trong trại lính, nhưng cháu muốn mướn một phòng ở ngoài để cuối tuần, hay khi nào rảnh thì cháu có chỗ nghỉ ngơi vì trại lính hơi ồn ào, thưa bác.

Bà Đốc thấy người đàn ông ăn nói lịch sự, nhỏ nhẹ, thì cũng bớt áy náy. Vốn dân Nam chánh gốc bà không ưa dân Bắc cho lắm. Bà có bốn cô con gái. Ba cô lớn lấy chồng hết rồi, nhưng không cô nào chịu ưng giùm một chú rể người Nam. Mỗi lần hai chàng rể Bắc Kỳ, một chàng rể Trung Kỳ theo con gái bà về ăn Tết, bà không thể nào hiểu hết những gì họ đang nói.

Bà đang còn miên man nhớ đến chuyện xưa thì anh lính hỏi thêm:

- Thưa bác, thuê phòng mỗi tháng bao nhiêu?

- Phòng đó nói cho ngay, nó nhỏ nhất nên tôi cho thuê mỗi tháng ba ngàn đồng thôi. Điện trả riêng.

- Bác cho cháu đi xem phòng được không?

- Được, để tui dẫn Thiếu Úy đi coi phòng. Nếu chịu, thì tui xin Thiếu Úy đặt cọc trước hai tháng.

- Dạ được, thưa bác.

Bà Đốc lên tiếng gọi vào trong nhà:

- Bé Út à, con mang mận cất vô trong tủ lạnh di con. Trưa má ngủ dậy mả gói tiếp cho con đi bán.

Không nghe tiếng trả lời, bà mang hai rồ mận để lên cái băng cây sơn màu xanh da trời rồi bước xuống bực tam cấp dẫn ra mành vườn đằng sau nhà.

Huân lẽo đẽo đi theo bà băng qua cái sân rộng lớn. Bên trái là cổng sau sơn màu vàng huỳnh anh, mà hồi nãy chàng đã đi vào bằng ngõ đó. Bên mặt là một dãy nhà cho mướn. Nhà bếp, chàng nghĩ nó là nhà bếp vì thấy khói đang bốc lên từ nóc nhà, nằm chính giữa dãy nhà cho thuê. Trước nhà bếp là sàn nước, có lót gạch Tàu nhỏ, một cái hồ nước tráng men trắng. Nguyên một dãy nhà cho mướn, xinh xắn, gồm có năm căn, nằm nép dưới những cây me, cây mận, và chùm ruột đầy bóng mát.

Đi qua khỏi sàn nước, bà Đốc dừng lại trước một căn phòng có tường quét vôi màu vàng và cửa gỗ màu xanh lá cây lợt. Trước căn phòng là một khu đất nhỏ có tráng bê tông. Bên trái có trồng một cây me và bên phải có cây mận xanh nặng trĩu đầy trái.

Bà Đốc đẩy cửa bước vào, vùa đi vừa nói:

- Căn nầy rộng và mát mẻ, nhưng nó nằm cạnh chuồng gà nên không biết Thiếu Úy có ngủ trễ được không...

Huân bước vào trong thì thấy căn phòng đã được bày sẵn một bàn ăn nhỏ hình chữ nhật bằng gỗ mun ở giữa phòng, và có hai cái ghế nhỏ cũng bằng gỗ mun nhưng đã cũ. Sát trong góc bên trái là một chiếc giường nhỏ sơn màu xanh da trời nhưng nước sơn đã tróc khá nhiều. Hình như phòng nầy đã lâu không ai ở nên một mùi ẩm mốc bốc lên ngây ngấy, mặc dầu không làm người ngửi khó chịu nhưng có cảm giác lành lạnh.

- Ngồi đi Thiếu Úy.

Bà Đốc vừa mời vừa đi về phía cửa sổ. Bây giờ Huân mới thấy lá căn phòng nầy có một cửa sổ nhỏ cũng sơn màu xanh da trời. Khi cánh cửa sổ được mở tung thì Huân nhăn mặt. Mùi phân heo khá nồng nặc xông vào rất bất ngờ.

Bà Đốc nhìn chàng thông cảm:

- Thiếu Úy đừng lo, vài tuần nữa là Tết, họ

bán hết heo rồi sẽ dọn đi. Họ có nói chuyện với tôi rồi.

Huân bước đến cửa sổ nhìn ra ngoài. Trước mặt chàng là một cái ao bèo nhỏ khuất sau một vườn chuối Xiêm um tùm. Bà Đốc Nhẫn bước ra ngoài và đang săm soi mấy trái me lủng lẳng trên cành. Cây me nầy không cao lắm, chắc mới trồng chừng năm bảy năm nay thôi.

Đang hít thở không khí buổi sáng trong lành thì Huân nghe có tiếng một bé gái vọng đến:

- Má ơi má! Má ơi! Má đâu rồi?

- Má đây nè. Con gái lớn rồi, đi đứng cho chững chạc, làm cái gì mà chạy la bài hãi vậy con?!

Huân nheo mắt nhìn cô bé đang chạy về phía mình. Cô bé chừng 12 hay 13 thôi. Ốm ốm và đen dòn. Cô có hai bím tóc cột dây thun, mặc một áo xẩm may vải cô tông in hoa li ti màu tím và quần saten đen. Quần cô bé dính đầy phấn trắng trông thật buồn cười.

- Má đang làm gì vậy má?

Bà Đốc quay qua Huân giả lả:

- Con gái út của tôi đó cậu Huân.

Cô bé đang chân sáo nhí nhảnh, thấy có người lạ bèn ngưng hẳn lại, đưa mắt tò mò nhìn, rồi nhanh nhẩu núp sau lưng mẹ. Không thấy nhưng Huân biết là cô bé đang mắc cỡ đỏ mặt. Bà Đốc kéo con gái ra:

- Con khoanh tay chào Thiếu Úy Huân đi con.

- Dạ, em chào Thiếu Úy.

Khuôn mặt cô bé đen hồng nhưng đôi mắt thì trong sáng thông minh dù có thiên về phần tinh nghịch.

Chàng khẽ gật đầu chào cô bé:

- Chào em, em tên là gì?

- Dạ em tên là Gừng.

- Gừng là tên trong nhà gọi - Bà Đốc đỡ lời cô con gái út - Tên thật của nó là Hoàng Nhung. Lúc nhỏ nó bệnh rề rề, khó nuôi. Người ta chỉ tui nấu nước gừng và cháo gừng cho nó uống. Riết rồi cả nhà ai cũng gọi nó là Gừng.

Quay qua Gừng bà hỏi:

- Má đã gói gần xong hết mấy rổ mận, con định mang ra Chợ Nhỏ bán bây giờ hay đợi đến chiều bán ở Ngã Tư Tiệm Rượu?

- Dạ bây giờ chắc chợ đã tan hết rồi má, để chiều con đi học về con mang ra Ngã Tư cũng được.

- Nhớ biểu chị Dên dầm muối ớt nghe con.

Gừng len lén liếc nhìn Huân rồi quay gót, vừa chạy vừa réo:

- Chị Dên ơi! Bòn[1] Dên à!

Bà Đốc nhìn theo đến khi đứa con gái cưng biến sau cây trứng cá trồng ở giữa sân rồi tiếp tục chuyện thuê nhà.

- Tui có bốn căn phòng cho mướn. Căn rộng nhất thì có ông bà giáo sư Thưởng, căn nhà xe thì... gọi là căn nhà xe vì hồi đó tôi có chiếc xe xích lô để đây, hễ cần thì anh làm vườn chở tôi đi chợ đi búa. Căn nầy thì ông giáo sư Ri đang ở. Cạnh nhà bếp thì có ba cô nữ sinh Trung học. Tuần rồi có ông Trung Ủy Dược sĩ đến định mướn phòng. Tui cho ổng coi căn trống nầy thì ổng không chịu, cứ đòi mướn căn nhà bếp. Ông nài nỉ quá nên tui cũng chiều, chớ nhà bếp chật chội quá. Tui đã cho người dọn dẹp xong rồi, chắc tuần tới ổng sẽ dọn vô.

- Thưa bác, vậy xin bác cho cháu mướn căn nầy vậy.

Bà Đốc tiễn Huân ra cổng sau. Hai người đi ngang một cái bồn kiểng được cắt tỉa đẹp mắt. Bên trong bồn có trồng mấy bụi hải đường màu cam và màu đỏ đang nở tung rạng rỡ dưới ánh mặt trời. Qua khỏi hai cái cổng sơn màu vàng, trước khi đến ngoài đường, thì Huân đi ngang một sân tráng bê tông rộng rãi. Hai bên có băng đá đặt dưới tàng cây phượng xanh rì đầy bóng mát.

Từ giã bà Đốc Nhẫn xong, Huân rẽ tay mặt nhắm hướng bến xe đò. Vốn là thanh niên thành phố, chàng ít có dịp về chơi miền Lục Tỉnh, nên khi được biệt phái về Trà Vinh, Huân thích đi bộ vòng vòng quan sát nếp sống của người dân quê. Cái gì chàng thấy cũng khác lạ, ngộ nghĩnh và vui mắt. Từ mấy hàng rào cao hơn đầu người bằng hoa bụp đỏ, còn gọi là bông lồng đèn, hay bằng cây gòn, cây vông. Rồi đến những lu nước mưa có máng sẵn cái gáo dừa để trước sân cho khách qua đường giải khát, hay những cái chợ chồm hổm bắt đầu họp từ lúc gà mới gáy hiệp nhất và tan trước 10 giờ sáng.

Hôm nay là lần đầu Huân lang thang đến xóm Thanh Lệ để tìm mướn nhà. Thanh Lệ là một khu ngoại ô của tỉnh Trà Vinh, cách chợ chỉ chừng 20 phút đi bộ. Khu nầy chỉ có hai con đường chính là đường Lê Lợi tráng nhựa mà chàng đã dùng nó để đến đây từ khu trại lính, và Lê Lai là con đường đất gập ghềnh nằm song song với Lê Lợi.

Từ nhà bà Đốc, chàng đã quyết định quẹo mặt đi theo con đường đất để tránh xe cộ. Bây giờ đã gần 12 giờ trưa, tiếng gà gáy đâu đó mang đến cho xóm Thanh Lệ một không khí êm đềm. Huân đi ngang một trường Tiểu Học Công Giáo, chung quanh có hàng rào sắt kiên cố, và bên trong có một toà nhà xây kiểu Pháp sơn màu trắng xám, đồ sộ nhưng hơi cũ kỹ. Trong sân trường các ma-sơ với áo chủng trắng đang lùa từng đàn con nít. Lũ trẻ con trong những bộ đồng phục xanh trắng tươm tất dễ thương, la hét cười giỡn như một bầy vịt con.

Huân đi chừng nửa kí lô mét thì thấy có

trường Tiểu Học Công Lập. Cổng sau của trường tấp nập người bán hàng rong, nào là nước đá bào, cóc ngâm cam thảo, đu đủ bò khô, kẹo kéo, cà rem cây, mà ruồi nhặng là các khách hàng thân tín nhất. Chàng ngây người đứng nhìn quang cảnh náo loạn và vui mắt đó. Bất chợt hai cánh cổng sắt được kéo mở ra và một đám con nít ùa ra như bầy ong vỡ tổ. Đồng phục của chúng là áo trắng và quần đen. Nhìn kỹ lại, Huân thấy có con trai mà không có đứa con gái nào hết. Chắc con gái học buổi chiều. Dường như ở tỉnh con trai và con gái không học chung một buổi mà thay đổi mỗi lục cá nguyệt.

Vừa đi hết con đường đất thì Huân đến trung tâm quận Châu Thành của Trà Vinh. Trước mặt chàng là con đường nhựa rộng rãi và hai bên có hai hàng me cao vút. Mỗi cây bề tròn có lẽ đến ba người ôm thì mới xuể.

Trên con đường Hàng Me, từng đoàn thiếu nữ thướt tha trong áo dài trắng đang thả bộ. Huân khẽ liếc nhìn các cô học sinh. Con gái Trà Vinh không có mấy cô đẹp sắc sảo như các cô Gia Long hay Trưng Vương cả. Đa số da họ ngâm đen, nhưng hồng hào khỏe mạnh và nếu nhìn kỹ thì mới thấy nét đẹp thu hút của những cô gái xứ Trà.

Huân quẹo trái trên con đường Hàng Me đến ngã tư thì thấy Ty Công Chánh. Bên cạnh Ty Công Chánh là những villas xây từ hồi Tây thuộc địa, có lẽ là nhà tư nhân vì không thấy treo bảng hiệu như các trụ sở công cộng khác. Dinh Tỉnh Trưởng nằm trên đường Lê Lợi cách Ty Công Chánh chừng ba phút. Đối diện với dinh Tỉnh Trưởng là một dãy phố khang trang do người Trung Hoa làm chủ. Tiệm thuốc bắc Hồng Huỳnh, tiệm vải Thành Thái, tiệm tạp hóa Thành Xương... Dãy phố chạy dài đến chợ Trà Vinh. Huân dừng lại trước tiệm bánh mì Thái Tòng Phát. Muốn đi vào chợ, chàng phải băng qua đại lộ Gia Long, một con đường ngắn nhưng rất rộng lớn nằm trước mặt chợ. Trên đại lộ Gia Long, hai bên góc chợ là nơi tập trung của các xe lôi đạp và xe lôi máy. Trà Vinh không có xe xích lô như ở Saigon. Xe lôi đạp thì có chiếc xe đạp kéo theo cái "rờ mọt" có chừng ba chỗ ngồi.

Còn xe lôi máy thì dùng chiếc xe (Honda 90) gắn máy để kéo.

Bây giờ là đã hơn 12 giờ trưa nên chợ không còn tấp nập. Đầu chợ là khu bán trái cây hoa quả. Huân để ý thấy có nhiều nhất là hoa sen hoa huệ. Còn trái cây thì không nhiều bằng Saigon nhưng chuối thì hơn chục loại khác nhau, ngoài những loại thông thường như chuối cau, chuối già, chuối sứ, chuối tiêu, còn có chuối nanh heo, chuối hột, chuối Xiêm và vài loại chuối mà chàng chưa hề biết tên.

Chợ Trà Vinh có một tiệm mì Cắc Chú nổi tiếng là mì Ken Ký. Đi bộ từ sáng đến giờ chàng bắt đầu thấy đói bụng nên định ghé vào khu ăn uống tìm tiệm mì nầy ăn thử.

Đang nhìn quanh những gian hàng bán mì phở để tìm tiệm Ken Ký thì có một bàn tay vuốt nhẹ lên vai Huân. Giật mình quay lại, Huân thấy người đó là một cô con gái trạc tuổi chàng. Cô mặc chiếc áo dài màu xám, loại vải mà các cô trong gia đình Phật Tử vẫn thường mặc đi chùa. Huân định lên tiếng hỏi thì cô con gái nhét vội một mảnh giấy nhỏ vào túi áo chemise của chàng rồi lẩn vào đám đông biến mất. Ngạc nhiên và tò mò, chàng kéo miếng giấy ra khỏi túi mở ra đọc: "Ở phải Trời cho". Chỉ có bốn chữ vỏn vẹn viết bằng mực tím. Nét chữ mềm mại và đẹp, làm chàng ngẩn ngơ.

Nhét miếng giấy trở lại vào túi áo, Huân đi thẳng đến gian hàng mì Các Chú. Tiệm Ken Kỳ nằm ở bên tay phải của tiệm phở Tàu A Lý. Huân chọn một bàn vuông nhỏ có bốn chiếc ghế ngồi nhìn ra bãi đậu xe.

Bên kia đường đầy những xe lôi đạp, xe gắn máy và Honda ôm. Bên nầy đường là hàng bún riêu, bún nước lèo, và xôi đủ loại.

Nhưng có một loại quà vặt mà Huân chưa thấy bao giờ, do một cô người Miên đang bày bán: Bột bánh được đổ vào những ống tre có cắm một chiếc đũa bếp lớn. Mấy ống tre nấu bằng hơi nước từ một cái nồi đất. Khi có người đến mua, cô Miên kéo chiếc đũa từ nồi đất để lộ chiếc bánh dài tròn như một mắt tre, màu xanh lá dứa. Cô để bánh lên lá chuối rồi rắc dừa nạo khô, đường và muối mè trước khi đưa cho khách.

Huân chợt nhớ đến bài thơ của Kiên Giang mà chàng đã đọc qua đâu đó. Bài "Bánh Ống Trà Vinh"[(2)]. Thì ra đây là bánh ống nổi tiếng của tỉnh Trà Vinh.

Tiếng ồn ào chung quanh chợ át hẳn tiếng ông chủ tiệm mì:

- Nị xực gì ló?

- Cho tôi một tô mì lớn.

Ông chủ quay lại la lớn:

- Dách cô mìn á[(3)].

Rồi đi qua một bàn khác.

Trong khi chờ đợi thức ăn, Huân lại lấy miếng giấy ra nhìn. Miếng giấy rất mỏng, loại giấy viết thư tỏa ra một mùi thơm nhè nhẹ, không hẳn của dầu thơm, không hẳn là mùi xà bông, mà là mùi hoa như trước đó nó đã được ép với cành hoa lý.

Tại sao cô con gái đưa Huân miếng giấy nầy? "Ở phải Trời cho". Hay là cô nầy là một ni cô đi phát giấy cho người lạ khuyên người ta làm doan, làm phước?

***

Một tuần sau, vào buổi chiều thứ Bảy, Huân trở lại Trà Vinh để dọn vào nhà đã thuê của bà Đốc Nhẫn. Huân mượn được chiếc xe Jeep và tài xế của ông Đại Úy Quân Y Đỗ Thông chất đầy hành lý và một ít đồ dùng chạy thẳng tới ngôi villa hôm nọ.

Xe đậu ở cổng trước villa, có cổng sơn màu xanh da trời, chàng nhấn chuông rồi đứng đợi. Con chó Berger đen xì chạy ra sủa ỏm tỏi. Cô bé gái con bà chủ nhà chạy ra la chó, rồi mở cửa cho Huân vào.

Lần nầy, cũng như lần trước, cô bé Gừng mặc một cái áo kiểu bông tím li ti và cái quần saten đen mốc thếch vì bụi phấn.

Nó nhoẻn miệng cười, gật đầu chào rồi quay lưng vừa chạy vừa la:

- Má ơi có khách tới nè!

Huân lách mình bước vào sân trước. Thảm cỏ Nhật Bồn thật êm ái dưới chân chàng. Khu vườn trước rất thơ mộng, hoa hồng, hoa thược dược đơm đầy. Chàng chưa kịp bước vào nhà thì đã thấy một người đàn ông trung niên với thân hình quắc thước bước ra.

Chàng lễ phép cúi đầu chào:

- Dạ thưa bác cháu là Huân.

Ông chủ nhà, Huân nghĩ thế, nở nụ cười thân thiện nhưng không để mất vẻ nghiêm nghị đưa tay bắt tay Huân:

- Chào Thiếu Úy. Tôi có nghe nhà tôi kể lại. Hôm nay chắc Thiếu Úy sẽ dọn vào?

- Dạ thưa bác, đúng như vậy.

Ông chủ nhà đưa tay ra hiệu mời Huân vào nhà:

- Xin mời Thiếu Úy vào nghỉ mát trong phòng khách. Nếu có cần giúp một tay thì tôi sẽ nhờ anh làm vườn ra phụ. Xin mời Thiếu Úy ngồi.

Huân lơ đễnh nhìn ra cửa sổ bên hông nhà. Trên cành cây ổi xá lị, Gừng đang nằm vắt vẻo trên cháng ba, vừa nhai ổi vừa mải mê đọc sách.

Ông chủ không muốn nài nỉ khách ngồi nữa, cất tiếng hỏi:

- Thiếu Úy định ở đây bao lâu?

Bị hỏi bất ngờ Huân hơi lúng túng:

- Dạ cháu nghĩ chừng một hay hai năm.

Ông chủ tỏ vẻ thân thiện:

- Thiếu Úy có khát nước không? Ở đây có dừa Xiêm ngọt lắm. Để tui bảo sắp nhỏ chặt dừa xuống uống.

Huân xoa tay:

- Dạ cháu xin phép bác cho cháu ra ngoài phụ tài xế mang đồ vào trước. Anh ấy cũng chờ cháu nãy giờ hơi lâu rồi.

- Được, được, để tôi kêu chú làm vườn ra phụ một tay.

***

Huân ở Trà Vinh chưa đầy hai tháng và ở nhà trọ của bà Đốc Nhẫn chỉ hơn hai tuần thôi mà chàng đã cảm thấy như đã ở đây nhiều năm rồi. Những buổi sáng êm đềm nơi tỉnh nhỏ làm tâm hồn Huân lắng đọng một cách dễ chịu. Cứ mỗi năm giờ sáng chàng được đánh thức bởi tiếng chuông nhà thờ nằm bên kia đường, và tiếng rao "Bánh mì đây, bánh mì lò điện nóng giòn đây!..." của cậu học sinh nghèo phải đi bán hàng buổi sáng. Bước ra khỏi phòng nhìn chung quanh sân sau đượm một màu xanh mướt.

Chàng hay ra ngoài giếng lấy thùng kéo nước lên rửa mặt rồi ngồi bên thành giếng ngắm cây khế đầy trái vàng ửng, hay dõi theo lá me rơi nhẹ trong không trung. Khi trở vào, đi ngang bụi tre, chàng thích đứng nhìn bầy gà con chíu chít theo mẹ kiếm ăn, còn chú gà trống thì chạy tuốt vào vườn rau phùng lông cánh sặc sỡ gáy inh ỏi để chào mừng bình minh đến. Ngoài đường, tiếng lịch kịch của các gánh hàng rong từ ngoài Vàm, hay sóc Miên ngân đều theo nhịp bước.

Thỉnh thoảng bà Đốc sai người làm hay cô con út mang cho chàng một ly cà phê, một gói xôi đậu xanh, gói bánh phồng hay gói bắp nấu còn nóng hổi có dừa trộn đường và muối mè. Nhưng chàng thích nhất là bánh ống, những chiếc bánh màu ngọc bích thơm mùi lá dứa, nóng hổi đặc sản của Trà Vinh. Gió tháng Chạp mát rượi thổi qua mấy cây xoài, mận, vú sữa... lào xào. Chàng hay ngồi ở bậc tam cấp nhìn ra khu vườn trước. Đôi khi Gừng và mấy cô bạn đi học về sớm, trải chiếu dưới tàng cây mận, vừa ăn mận chấm nước mắm đường vừa cười nói líu lo như đàn chim sẻ nhỏ.

Chiến tranh đang tiếp tục bùng nổ khắp nơi trên đất nước Việt Nam. Từng đoàn xe cam-nhông chở xác người mang theo những tiếng gào thét của vợ và con, của những chàng trai trẻ hay những hạ sĩ quan lớn tuổi sắp được về hưu làm chàng không cầm được nước mắt. Nhưng những ngày cuối tuần được về lại phòng trọ, chàng cảm thấy như mình đang lạc vào vườn địa đàng, mà vườn địa đàng đó mang tên xóm Thanh Lệ ở Trà Vinh.

Chỉ còn một tuần nữa là Tết Âm lịch. Mấy cô nữ sinh đang chuẩn bị về Mỏ Cày ăn Tết. Ông Trung Úy Dược Sĩ đã xin được một tuần phép để về Sài Gòn. Ngay cả gia đình ông Giáo sư Thưởng cũng sẽ lặn lội về Quảng Ngãi sau ba năm xa xứ sở. Giáo sư Ri thì quê ở Mỹ Tho nên định ngày 28 mới về.

Hôm nay không biết tại sao mọi người đều đi vắng. Chắc là ai cũng đi sắm Tết. Trời đã tối khi nào Huân không biết. Không khí vắng lặng từ trong ra ngoài. Kể cả con chó Berger cũng bị nhốt trong nhà trên. Ngoài ngõ, ánh đèn đường trải một vệt sáng hắt hiu trên đỉnh cây xoài. Huân cũng vừa đi ăn cơm chiều ngoài chợ về. Chàng đang loay hoay mở khóa phòng thì có tiếng chuông từ cổng sau. Ở đây ít có khách lạ đến bấm chuông nên tiếng chuông inh ỏi trong đêm tối làm chàng rất ngạc nhiên. Chàng đi dè dặt ra cổng. Trước mặt chàng là bóng của một thiếu nữ mặc áo dài màu trắng. Huân thầm nghĩ: "Có lẽ là bạn của mấy cô học sinh."

Chàng vừa định lên tiếng chào thì cái bóng áo dài trắng đã quay gót. Huân chạy theo hỏi lớn: "Cô muốn gặp ai?"

Cái bóng trắng chợt biến mất sau hàng rào bông giấy. Tự nhiên Huân nổi gai khắp người. Nhưng tính tò mò đã thúc đẩy chàng chạy hẳn ra đường. Con đường hôm nay vắng ngắt, không tiếng chó sủa, chẳng có tiếng con nít hàng xóm la hét đùa giỡn như mọi khi. Chàng nhìn về phía tay phải thì thấy cái bóng trắng đi như bay, tà áo dài như đang phết trên mặt đường. Chàng phóng theo cái bóng bằng những bước chân thật dài nhưng nhẹ như con sư tử rình mồi. Cái bóng trắng càng ngày càng đến gần hơn trong tầm mắt và Huân cảm thấy có cái gì hình như quen thuộc lắm. Khi chàng cách cái bóng trắng chừng năm bước chàng mới bắt đầu để ý là nó đang đi về hướng nghĩa địa của tỉnh Trà Vinh. Khi đi ngang cái nhà xác công cộng nằm bên tay trái, Huân thu hết can đảm nhìn vào trong. Dù cửa ngỏ của nhà xác đã được khóa chặt, qua khe hở Huân vẫn thấy được hai ba cái bàn có xác người với poncho phủ kín mặt mày nhưng những cánh tay xanh xao, khẳng khiu những bàn chân lem luốt vẫn thò ra. Chàng cúi gầm mặt, nín thở để khỏi phải hít vào mùi tanh tưởi, rồi chạy theo cái bóng trắng đang dừng lại như chờ chàng.

Khi Huân đã đến ngay bên cạnh, cô con gái chợt quay lại làm Huân giật mình loạng choạng. Huân chưa kịp có phản ứng thì cô ta đã đưa bàn tay lên vuốt mặt Huân với những ngón tay lạnh buốt và nói:

- Ở phải Trời cho!

Bây giờ Huân đã nhớ ra cô gái chàng gặp hôm đi ăn mì Ken Ký.

Huân ấp úng:

- Tôi không hiểu...

Cô gái quay người lại tiếp tục bước đi về bãi tha ma trước mặt. Huân lặng lẽ theo sau vì tính tò mò cố hữu.

Nghĩa địa Trà Vinh nằm khuất sau một rừng cây sao cao chót vót. Những ngôi mồ vô chủ hiện mập mờ trong bóng tối, ngoài xa vài con đom đóm chập chờn ẩn hiện như ánh đèn ma, ai yếu bóng vía không khỏi sởn tóc gáy khi đứng trước cảnh khá rùng rợn nầy.

Cô gái dường như không để ý gì đến Huân đang đi theo, cứ len lỏi qua những nấm mồ một cách nhanh chóng như đã thuộc lòng đường đi. Đến một ngôi mộ lớn còn rất mới, cô trèo lên rồi ngả người nằm dài, mặt ngửa nhìn lên bóng đêm. Huân khom người xuống đi ngang qua đến đầu ngôi mộ để tìm tên người đã nằm xuống. Cố gắng lắm Huân mới đọc được những chữ trên mộ bia: *"Nguyễn Lĩnh Nam. Sinh 25 tháng 12 năm 1949, tử 4 tháng 7 năm 1972"*.

Chung quanh tiếng côn trùng rì rà mỗi lúc một lớn hơn như tiếng kêu gào đau thương đang phát xuất từ những nấm mồ hoang. Huân lên tiếng gọi: "Nầy cô ơi!" nhưng cô gái vẫn nằm im lìm không cử động. Một hồi sau, Huân bỗng nghe những tiếng nức nở thoát ra từ cô gái. Chàng chợt hiểu tâm sự của nàng con gái nhưng chẳng biết làm gì ngay lúc đó, chàng quay gót trở về, trái tim nặng trĩu xót xa.

***

Tết sắp đến. Ông chủ nhà đang chuẩn bị lau quét dọn dẹp trong ngoài. Trước hết là ông cho quét nước vôi tường chung quanh nhà, rồi sơn tất cả cửa từ trong ra ngoài. Ngoài vườn dù đã có nhiều cây mai vàng, mai đỏ và cúc Tây, ông vẫn mua thật nhiều hoa cúc, hoa mồng gà đủ màu, và hoa vạn thọ để chưng ngoài thảo bạc. Còn vợ ông và cô con gái út cùng cô người làm cũng bận tíu ta tíu tít với việc làm dưa cải, củ kiệu. Các keo kiệu trắng muốt, dưa chuột xanh tươi, và dưa món tỉa hoa, sắp thành một hàng dài nơi bệ cửa. Dưa hấu thì bà Đốc cho chở bằng xe lôi mấy chục trái chất đầy kho.

Ngày 26 tháng Chạp, ông chủ cho thay

màn cửa, ngày 27 ông cho người làm khiêng tất cả bàn ghế trong phòng ăn ra ngoài sân chùi rửa. Ngày 28, bộ lư đồng được chính tay ông trịnh trọng khiêng ra. Vì ngày 28 nhằm thứ Bảy nên Huân về sớm và xin giúp anh Lực làm vườn đánh bóng bộ lư. Ông chủ trông vui ra mặt mời Huân ở lại ăn Tết với gia đình ông. Huân nhận lời ngay vì chàng phải trực sau ngày mồng Một và cũng chẳng có ý định đi đâu trong ba ngày Tết.

Buổi xế chiều nay vạt nắng xuân trải lên sân sau dịu dàng như đôi mắt của bà mẹ quê. Huân ngừng tay nghỉ, móc túi áo lấy gói Capstan mời anh Lực hút. Cả hai vừa phì phà khói thuốc vừa nhìn ra con đường đất bên kia cổng rào. Xa xa, vài ba đứa bé người Miên đang lùa đám trâu bò về chuồng la hét bằng nửa tiếng Miên nửa tiếng Việt thật lạ tai.

Huân vừa định trở lại với công việc thì dáng áo dài quen thuộc thấp thoáng ngoài cổng.

- Chào cô Ba, cô mạnh giỏi?

Huân giật mình quay lại thì thấy bà Đốc

Nhẫn đang đứng trên xi tẹt từ lúc nào, đang cất tiếng chào thân mật.

Cô gái lẳng lặng quay đi không nói tiếng nào, biến đi thật nhanh như tối hôm kia.

- Tội nghiệp. Cậu Lĩnh Nam vừa mất chưa đầy nửa năm mà cô Ba đã ra nông nỗi nầy.

Rồi không đợi Huân han hỏi, bà kể một hơi về cô Ba. Cô Ba, tên thật là Ngọc Nữ, là thứ nữ của ông Trưởng Ty Thú Y. Nguyễn Lĩnh Nam là Đại Úy, phó tỉnh trưởng tỉnh Trà Vinh, cháu kêu ông chủ nhà bằng cậu ruột. Chàng là vị hôn phu của Ngọc Nữ và đã tử trận trong một cuộc hành quân ở quận Cầu Kè một tuần trước ngày làm lễ cưới.

- "Còn ở phải Trời cho", thưa Bác?

Huân vừa nói vừa loay hoay tìm manh giấy hôm nào mà chàng, không hiểu vì sao, đã cất giữ cẩn thận trong ví.

- Nhà của ông Trưởng Ty Thú Y đó Thiếu Úy. Ngày xưa khi Tây chiếm nhà đó, họ tra tấn và bắn giết nhiều người nên ban đêm hay có tiếng rên rỉ kêu khóc. Một hôm, ông chủ mời một thầy pháp nổi tiếng đến trừ tà ma. Ông thầy làm phép phun lửa, dán bùa bát quái khắp nhà rồi bảo ông chủ "Ông nên làm đàn cúng cho các hồn oan đi đầu thai, rồi cho thợ làm một hàng chữ vòng cung "Ở Phải Trời Cho" thì ma quỷ sẽ không theo phá nữa. Nhưng vì cha ông ngày xưa theo tụi cò Tây làm điều ác đức mới được Tây cho cái nhà nấy nên mấy cô con gái ông sẽ gặp nhiều chuyện không may, có thể sẽ bị đau thần kinh hay điên loạn.

Bà Đốc đứng kể một hơi dài, rồi trở lại ngồi trên chiếc băng xanh trên xi tẹt, têm trầu nhai bỏm bẻm. Huân định hỏi thêm về gia đình ông Trưởng Ty Thú Y thì có hai chiếc xe lôi đạp quẹo vào trong ngõ. Trên xe có ba người đàn bà ăn vận rất đúng "mode", tóc chải bồng như Minh Hiếu hay Jacqueline Kennedy ngồi với một đám trẻ con và đồ đạc valise ngổn ngang. Xe chưa ngừng hẳn lũ trẻ đã nhảy xuống đuổi nhau chạy như tên bắn vào nhà, xuýt nữa húc vào người Huân. Ông bà chủ nghe tiếng động ngoài sân chạy ra mừng đám con cháu ở Sài Gòn về Trà Vinh ăn Tết. Huân thừa lúc đó đi vòng ra ngõ trước rồi đi vội ra đường.

Buổi chiều 28 Tết, đại lộ Gia Long rập rình bao trai thanh gái lịch. Các cô cậu đèo nhau trên Honda chạy vèo vèo về hướng vườn dừa hay Ao Bà Om hoặc chạy vòng vòng cầu Long Bình. Hai bên đường các tiệm vải, tiệm ăn thắp đèn sáng choang. Các tiệm mì, tiệm hủ tiếu cũng đông người chen chúc. Ngày 28 tháng Chạp trở đi Trà Vinh có họp chợ ban đêm. Bạn hàng từ các quận Cầu Ngang, Cầu Kè, Trà Cú tải đủ các loại hoa mai, hoa cúc, hoa đào, và đặc sản của đất Trà như dừa, chuối, vú sữa, trầu cau để mang ra chợ bán, rồi ở lại dự phiên chợ Tết đến trưa 30 mới kéo đi về. Cuối chợ, trên bến sông ghe thương hồ tấp nập, ghe nào ghe nấy chở đầy ắp dưa hấu, cam, quít, tôm cá... từ các đồng bằng sông Cửu. Họ chất hàng lên xe ba gác chở về những sạp to nhỏ với ánh đèn măng xông sáng choang đã mọc như nấm tự lúc nào không rõ.

Sáng 29 tháng Chạp, Huân thức dậy theo tiếng chuông nhà thờ, nhìn ra cửa sổ, qua màn sương mỏng và bóng đêm còn giăng ngang một góc vườn, chàng đã thấy hai cô gái xách giỏ đi chợ. Gừng, cô con út, diện đẹp hơn mọi ngày. Chiếc quần đen đầy phấn và cái áo hoa li ti cũ được thay thế bằng bộ đồ xẩm tím hoa cà. Cô chị, Huân nghĩ như thế, thì tóc không còn bới rối như ổ quạ mà được thả xuống ngang vai và thay vì quần Tây, áo kiểu thì cô duyên dáng, dịu dàng trong chiếc áo bà ba mộc mạc màu xanh lá mạ và chiếc nón lá bài thơ.

Trưa 29 Tết, bà Đốc sai Gừng mời Huân đến dùng bữa cơm trưa giao thừa 30 Tết.

- Má mời Thiếu Úy mai đến dùng cơm trưa với cả nhà. Má nấu bún nước lèo ngon lắm, ăn với tôm càng nướng và thịt heo quay. Chị Hai định làm bánh giá nữa...

Gừng nói líu lo, và vui tíu tít như đàn gà con đang theo mẹ kiếm mồi. Huân mỉm cười chưa kịp nói gì thì cô bé đã chạy về hướng cây mận hồng đào với cuốn sách hình như có tựa là: "Tuổi Mười Ba."(4)

Ngày 30 tháng Chạp, Huân được nghỉ ở nhà nên chàng ngủ dậy trễ hơn mọi khi. Hôm nay nhà ông bà Đốc ồn ào hơn bình thường. Cứ chừng vài mươi phút thì lại có khách đến. Đa số là các bà vợ của các thầy giáo hay đồng nghiệp hoặc người giúp việc của gia đình họ mang quà Tết đến biếu xén. Tiếng chào hỏi nhộn nhịp từ trong ra ngoài. Hơn 10 giờ sáng, Huân đang tựa cửa nhâm nhi tách café thì hai chị em Gừng đi chợ về, tay xách nách mang. Họ mang đồ ăn mua ở chợ ra sàn nước chuẩn bị cho buổi ăn trưa. Một nhóm đàn bà con gái túa ra sân nhà bếp, vừa làm việc vừa cười nói huyên thuyên. Bà Đốc bắt đầu nhóm lửa than để nướng mớ tôm càng tươi chông còn đang ngo ngoe mấy cái càng xanh đậm đầy gai. Chiếc radio bên cạnh đang phát thanh chương trình ca vọng cổ. Tiếng ca mùi mẫn của chàng kép Thành Được và cô đào Thanh Nga xen lẫn với tiếng con nít, người lớn ơi ới tạo thành một không khí rộn ràng và ấm cúng vô cùng.

Huân lấy chiếc xe đạp đi một vòng thành phố. Những khu nhà hôm nao xa lạ bây giờ trở thành khá thân quen. Chàng đạp xe chầm chậm qua con đường đến Ngã Tư Tiệm Rượu. Chợ Nhỏ còn được gọi là chợ Chồm Hồm chỉ còn lác đác vài bà cụ già người Miên với các rổ rau đắng biển, đắng đất hay rau nhúc và rau ngổ hái từ ngoài ruộng. Vài ba bà người Việt vừa múc nước tưới vào mấy cái rổ đựng tép mòng, tép chấu hay cá rô mề, hoặc cá sặc rằn, sặc bướm, cá tra, cá chốt, cá kèo... vừa bàn điểm mộng để sang năm mới mua số đề lấy hên.

Mải nhìn quang cảnh hai bên dường, Huân đã đạp xe đi ngang qua Hàng Me, tiệm may Tố Nga và đến trước cửa chợ tự lúc nào. Chàng gửi xe đạp trước nhà thuốc Thanh Thưởng rồi thả bộ vào chợ. Chàng chọn mua hai đòn chả lụa, một hộp trà Thiết Quan Âm, một kí mứt me và một hộp kẹo mè xửng để biếu ông bà Đốc. Đi ngang qua một tiệm đồ chơi, Huân ghé vào chọn mua một con chó lông xù màu trắng như bông gòn, có cái nơ đỏ bé làm quà Tết cho bé Gừng. Khi về đến ngõ, Huân đã ngửi thấy mùi tôm nướng thơm phưng phức. Chàng dựng xe bên hiên nhà, cất con chó vào một góc rồi mang túi quà đến bên cạnh bà Đốc đang loay hoay nướng tôm nhỏ nhẹ thưa:

- Dạ cháu có vài món quà mọn xin biếu hai

bác và gia đình ạ!

Đưa tay vuốt vài cọng tóc bạc dang lòa xòa trước trán, bà không giấu được vẻ ngạc nhiên:

- Thiếu Úy bày đặt quá, quà cáp làm chi, chúng tôi cám ơn Thiếu Úy nhiều lắm. À, mà mọi thứ xong hết rồi, mời Thiếu Úy vào nhà dùng bữa với gia đình tui cho vui.

- Dạ để cháu giúp bác một tay.

Huân vừa nói, vừa trao túi quà cho bà rồi cúi xuống bưng cái mâm to đầy tôm càng nướng đi theo bà chủ nhà trọ lên phòng khách. Trong phòng khách, cửa sổ và cửa chính đều được mở tung. Những cái màn mới treo làm căn phòng có vẻ đẹp một cách trịnh trọng. Trên bàn thờ tổ tiên, bộ lư đồng sáng bóng loáng, khói hương nghi ngút bên cạnh những đĩa chất đầy cam quít, bưởi, lê táo, và chuối sứ. Còn trên bàn thờ Phật, có một cặp đèn cầy đỏ lớn chạm hình long phụng thật sắc sảo và hai bình hoa huệ và hoa sen. Trên bàn phòng khách, một cành mai vàng đầy hoa và nụ nằm kiêu hãnh trong một bình sứ cổ bên cạnh những hộp bánh Tây và kẹo mứt rất ngon lành.

Huân theo lời chỉ dẫn của bà Đốc mang mâm tôm nướng đến phòng ăn nằm bên tay trái của phòng khách. Ở đây, một bàn ăn to lớn đã được sửa soạn rất đẹp mắt. Chính giữa là một bình hoa glailleul đỏ thắm và mỗi chỗ ngồi có sắp chén kiểu làm bằng men trắng có hình hoa cúc màu xanh đậm. Huân đặt nhẹ cái mâm xuống và thấy mỗi thứ đều có hai dĩa đặt ở hai đầu: Bánh giá đầy tôm chiên vàng, thịt heo quay, bún, rau ghém trộn bằng giá sống và bắp chuối. Chàng nghe nói nhiều về bún nước lèo của người miền Tây Nam phần. Là dân miền Bắc, Huân không thích ăn mắm như dân trong Nam nên cũng chưa từng ăn thử món bún đặc biệt nầy. Huân nghe nói là bún nước lèo xuất xứ từ người Miên, ở Saigon gọi là bún mắm. Người Miên nấu nước súp ăn bún bằng mắm "bỏ hóc", còn người Việt thì nấu bằng mắm cá sặc hay mắm cá lóc.

Trà Vinh ngày xưa thuộc địa phận Cam Bốt nên cho đến bây giờ phong tục của họ vẫn còn tiềm ẩn qua những món ăn, thức uống và tôn giáo tại địa phương.

Huân vừa đặt mâm xuống thì ông Đốc vừa đi tới. Ông dìu một bà cụ già tóc bạc phơ đến bên cái ghế đặt ở đầu bản, lên tiếng giới thiệu:

- Chào Thiếu Ủy, xin giới thiệu đây là má tôi. Má tôi ở một mình gần chợ Trà Vinh, nhưng mấy ngày Tết thì bà cụ về đây ở chơi thăm con cháu.

Huân chào:

- Cụ khỏe không ạ?

Và chạy vội đến kéo ghế giúp bà cụ ngồi. Bà cụ tỏ ý hài lòng, nhưng chỉ chào Huân bằng ánh mắt thân thiện.

Trưa hôm đó, Huân được thưởng thức bún nước lèo kiểu Trà Vinh. Chàng ăn uống một cách ngon lành không khách sáo. Dù là nấu bằng mắm nhưng nhờ nấu với sả và củ ngải (một loại gia vị giống củ riềng), nước súp không tanh chút nào mà còn có mùi thơm rất đặc biệt.

Các cô con gái từ lớn đến nhỏ, Hoàng Lan, Hoàng Mai, Hoàng Anh, và Hoàng Nhung hay bé Gừng thay phiên nhau gắp đồ ăn cho Huân. Vì trong nhà không có anh em trai nên bốn cô đều tỏ ra quý mến Huân ghê lắm. Đến khi ăn tráng miệng, ngoài dưa hấu còn có mãng cầu dai và đu đủ mới hái từ ngoài vườn vô.

Chiều 30, các cô bày ra làm mứt dừa, mứt gừng và kẹo mãng cầu. Họ vừa làm vừa tán gẫu, vừa cắn hạt dưa. Đến Giao thừa, chuông nhà thờ ngân 12 tiếng rộn rã, tất cả kéo ra sân xem ông bà Đốc thắp nhang đèn, đốt pháo cúng bái ông bà tổ tiên trong ngày Tết. Trong đêm trừ tịch thật im lim thỉnh thoảng có tiếng pháo nổ tạch đùng đây đó, Trà Vinh dễ thương, hiền hòa, như chưa nếm mùi chiến tranh giặc giã bao giờ.

***

Sáng Mồng Một Tết, từ 6 giờ sáng mọi người đã thức dậy để thay quần áo mới, chuẩn bị mừng tuổi bà cụ Nội và gia chủ. Anh Lực làm vườn xúng xính trong bộ pijama trắng sọc xanh trông rất ngộ nghĩnh.

Anh cười ngỏn ngoẻn:

- Năm mới tui chúc Thiếu Úy cưới được vợ Trà Vinh. Thiếu Úy nhớ là *"Trà Vinh đi dễ khó về*

/ Trai đi có vợ gái về có con..."

Huân tươi cười móc túi tờ giấy 500 đồng mới lì xì anh Lực:

- Tôi cám ơn anh, chúc gì thì tôi ham chứ chúc làm lính mà có vợ rồi chỉ khổ vợ con mà thôi.

Cô bé Gừng, Hoàng Nhung, hôm nay mặc chiếc áo dài mới tinh màu hoàng yến, quần saten trắng, trông lớn hẳn ra, chạy tới chạy lui hối mấy bà chị:

- Nhanh lên cho Út mừng tuổi ba má và mấy chị, Út xong từ lâu rồi!

Huân lấy con chó bông ra rồi gọi Gừng lại hỏi:

- Năm nay Gừng bao nhiêu tuổi?

- Dạ, Gừng 14 rồi Thiếu Úy. Dạ năm mới Gừng mừng tuổi Thiếu Úy được thăng quan tiến chức, càng ngày càng khỏe mạnh, đẹp trai.

Huân li xi Gừng một phong bì đỏ tượng trưng và con chó bông. Cô bé lí nhí cám ơn rồi nhảy chân sáo lên nhà trên.

Mùa thu năm sau Huân được thăng cấp Trung Ủy và chuyển về Nha Trang. Trước ngày chàng dọn nhà đi, ông bà Đốc đãi chàng một bữa cá kèo nướng cuốn bánh tráng thật ngon.

Sáng sớm ngày Huân từ giã Trà Vinh, chàng đi một vòng khuôn viên căn biệt thự mà chàng đã có ít nhiều kỷ niệm dễ thương. Nghĩ đến từ mai trở đi, Gừng sẽ không có "anh Huân" để giúp cô bé giải mấy bài toán hình học nhức đầu, hay sửa lại câu văn của bài luận về các tác phẩm của Tự Lực Văn Đoàn, không biết sao Huân nghe đâu đây một nỗi buồn vương nhè nhẹ.

Khi Huân về gần đến phòng, chàng thấy Gừng trong chiếc áo dài tơ trắng và chiếc nón lá quai tím, đang rụt rè bước đến. Gừng nói giọng buồn buồn:

- Chúc anh Huân đi bình an nha. Nhớ giữ gìn sức khỏe và đừng quên thỉnh thoảng viết thư cho Gừng.

Vừa nói, Gừng vừa đưa Huân một phong thư màu trắng và một gói lá chuối. Huân cảm động chớp mắt, đưa tay vuốt nhẹ vai cô bé:

- Gừng cũng vậy. Đừng thức khuya nhiều quá, để dành sức sau nầy còn học thi Tú Tài nữa chứ.

Gừng dạ nhỏ, cúi đầu ôm cặp sát vào người rồi dợm bước đi. Huân lặng lẽ tiễn Gừng ra cửa ngõ, dõi theo bóng cô bé cách đây chưa đầy một năm còn bé xíu, đen mun, bây giờ đã thành một cô gái chớm xuân thì, biết bắt đầu làm dáng.

Chàng trở vào nhà mở gói lá chuối còn nóng: Có hai chiếc bánh ống màu xanh và cái phong bì có bài "Bánh Ống Trà Vinh" viết trên mảnh giấy học trò bằng mực tím và bốn câu thơ:

Nghe nỗi nhớ kéo chùng tầng mây trắng
Cắn vành môi mà nghe mắt chừng cay
Vùng trời lạ cánh đại bàng có mỗi
Đất Trà Vinh xin hẹn một ngày mai...

VTHN (15 tháng 10, 1974)

Tết năm đó, Huân có gửi thiệp xuân cho gia đình ông bà Đốc, hẹn hè có dịp sẽ ghé về thăm. Nhưng cuối tháng Tư 1975, chàng theo đoàn người di tản lưu lạc sang đất người. Gần ba mươi năm xa xứ, mỗi độ Tết đến, chàng hay nhớ lại những ngày ăn Tết ở Trà Vinh.

Gần đây, chàng đến Houston thăm gia đình người bạn, tình cờ gặp lại một đồng đội cũ quê ở Trà Vinh. Anh bạn nầy nói cho chàng biết và cho địa chỉ trang nhà "Hội Ái Hữu Trà Vinh". Huân vào đó dò danh sách đồng hương Trà Vinh mãi mà không thấy có tên nào là Ngọc Nữ hay Vương Thụy Hoàng Nhung.

Tháng 11/2004

---

(1) Dầy là bà, Bòn là chị hay anh (tiếng Miên).

(2) Bài thơ "Bánh Ống Trà Vinh" của thi sĩ Kiên Giang Hà Huy Hà (xin xem nguyên văn bài thơ ở phần phụ lục).

(3) Dách cộ mìn: Một cái mì (tiếng Tàu).

(4) "Tuổi Mười Ba" là quyển truyện của nhà văn Duyên Anh.

**** Xin Lưu ý:** Ngoại trừ những địa danh quen thuộc của Trà Vinh, câu chuyện và tên các nhân vật hoàn toàn từ trí tưởng tượng của tác giả. Mọi sự trùng hợp, nếu có, là hoàn toàn ngoài ý muốn của tác giả.*

KIÊN GIANG
BÁNH ỐNG TRÀ VINH

Tôi yêu kiểu áo "tầm vông" nhỏ
Đôi mắt đen huyền cô gái lai
Đôi mái chùa cong như cánh phượng
Gió bay cờ phướn đẹp mây trời

Tôi yêu hơi nước trong nồi đất
Nấu chín mùi thơm bánh Phú Vinh
Lá dứa thiên thanh màu lá mạ
Cô em mặc áo cũng thiên thanh

Tôi yêu múi bưởi Thanh Trà ngọt
(Những hột kim cương của đất lành)
Thay tách nước trà khi đụt nắng
Ra về còn luyến chút ân tình

Thúy Ái và gia đình thi sĩ
Kiên Giang -Hà Huy Hà

Đời lặng lờ trôi trên biển lúa
Vờn theo bóng nhạn cánh cò bay
Lưới tung chụp sóng tìm cơm áo
Thuyền trở về đây bến cá đầy

***

Tiếng trống cơm hòa nhạc ngũ âm
Trong ngày Đưa Nước hội trăng rằm
Dù Kê hát bội vui chùa miễu
Sống thái bình quên cả tháng năm

Hơi nước còn thơm mùi bánh ống
Còn thơm tà áo sắc thiên thanh
Cô em bán bánh sao hiền quá
Lóng lánh mắt huyền in bóng anh

Vườn bưởi Biên Hòa tuy ngọt lịm
Cũng không bằng nửa múi Thanh Trà
Vì hương tóc rối thơm bông bưởi
Cô gái Trà Vinh đẹp mặn mà

Về xứ Trà Vinh ăn bánh ống
Thương màu lá dứa, áo thiên thanh
Gió đưa hương bưởi vào hơi thở
Thương xứ thương luôn gái Vĩnh Bình.

K.G

Trích từ tập thơ "Lúa Sạ Miền Nam".

TÔI XIN LỖI,
TÔI TƯỞNG BẠN LÀ NGƯỜI THẬT SỰ QUAN TÂM

Ba Má lúc mới qua Mỹ

Cô Phóng Viên Truyền Hình ngồi đối diện tôi tại sân bay Youngstown, Ohio. Cô ấy đã đến cùng người quay phim để phỏng vấn chị cả của tôi, chị Thúy Loan và tôi về cuộc hội ngộ của cha mẹ chúng tôi đang đến từ Việt Nam. Máy quay đang quay. Cô ấy nhìn nhìn tôi với đôi mắt rất cảm thông: "Chắc hẳn rất khó để có thể bỏ lại những người thân yêu của bạn. Cho tôi biết: "Đã bao năm rồi kể từ lần cuối cùng bạn nhìn thấy cha mẹ?"

Ngay sau số "10" vừa thoát khỏi môi tôi, cô ấy quay sang người quay phim và nói chắc nịch: "Được rồi, cắt." Cô ấy quay sang tôi và nói: "Chúng ta sẽ trò chuyện sau."

Cô ấy lấy một cuốn sổ tay ra và hỏi chị tôi những câu điển hình Who (Ai), When (Khi nào), What (Chuyện Gì), trong khoảng năm phút.

Vì chuyến bay từ Detroit bị hoãn, tất cả chúng tôi ngồi đó, lo lắng chờ đợi sự xuất hiện của cha mẹ tôi từ Việt Nam, những người mà tôi không được nhìn thấy trong 10 năm.

Tôi nghĩ có lẽ tôi nên để phóng viên biết tại sao tôi đến đây mà không có bố mẹ và điều gì đã xảy ra với chúng tôi trong 10 năm qua

Nhưng ngay khi tôi tiếp cận cô ấy với câu: "Bạn có muốn biết tại sao bố mẹ tôi và tôi đã bị tách ra?"

Cô lắc đầu, quay đi và nói lạnh lùng: "Tôi có mọi thứ tôi cần, cảm ơn!"

Tôi nhìn cô ấy, sự quan tâm đã biến mất. Biểu hiện của một người quan tâm sâu sắc vài phút trước đó không còn nữa, bây giờ mặt cô ấy lạnh lẽo và khắc kỷ. Tôi nhìn tuyết rơi ngoài kia trên đường băng và tự nghĩ: "Tôi đã nhầm cô ấy với một người thực sự quan tâm."

Đêm đó, tôi thức đến 11 giờ xem tin tức. Trên TV giọng cô ấy nức nở với cảm xúc tột độ: "Tôi muốn kể cho bạn nghe về một cuộc hội ngộ tuyệt vời diễn ra tối nay tại Sân bay Youngstown..."

Câu chuyện dài 2 phút của chúng tôi đã được kể vào đêm đó bởi một phóng viên rất tài năng. Chắc chắn ai xem cũng xúc động.

Và nếu tôi không biết gì hơn, tôi sẽ nghĩ rằng cô ấy là một người thực sự cảm thông.

Tôi luôn mơ ước trở thành một phóng viên. Ngay cả bây giờ, sau khi làm việc quá lâu là một nhà hóa học công nghiệp, tôi vẫn hy vọng rằng ngày để trở thành một người thực sự có thể viết.

Nhưng bây giờ mỗi lần tôi đọc một bài báo rất hay về một cái gì đó hoặc một người hay trường hợp đặc biệt, tôi sẽ tạm dừng để tưởng nhớ cô phóng viên truyền hình cách đây rất lâu. Tôi chỉ cảm thấy một cảm giác không thể giải thích được - buồn bã và tuyệt vọng.

Mỗi người trong chúng ta thường tin rằng có những người quan tâm như vậy cho hạnh phúc của chúng ta; đặc biệt là gần ngày bầu cử. Những người đang tranh cử cho các văn phòng đột nhiên gửi cho chúng tôi những ghi chú thân thiện, họ ghé qua các cuộc tụ họp xã hội của chúng tôi để bắt tay và trao đổi một vài câu chuyện vui cười. Họ hành động như họ thực sự biết chúng tôi là ai và cực kỳ quan tâm về hệ thống trường học của chúng ta, công việc của chúng ta, thực tế mọi thứ về cuộc sống của chúng ta.

Những người bán bảo hiểm và đầu tư

cũng vậy. Họ giống như những người gần gũi nhất những người bạn mà bạn có thể mơ ước, đặc biệt là khi bạn bày tỏ sự quan tâm của bạn về các việc nầy.

Trong những năm qua, tôi đã học cách đánh giá cao những người bạn thực sự mà tôi có nhiều hơn thế. Họ là những người mà tôi có thể không gặp thường xuyên, nhưng nếu tôi tình cờ ở trong khu phố của họ, họ đã bỏ tất cả mọi thứ để gặp tôi, bởi vì họ biết tôi sẽ làm điều tương tự.

Những con người thực sự mà tôi tự hào gọi là bạn bè không ngoan đạo như mục sư của nhà thờ đã nghiêm khắc mắng tôi: "Cô phải hiểu! Tôi không có thời gian để giúp cô tìm nơi lưu trú trong vài ngày khi đến Cleveland để bắt đầu làm việc; tôi là một mục sư, không phải đại lý cho thuê. Tôi không quan tâm nếu bạn không có nơi nào để trú ngụ..."

Và không, họ không phải những người luôn nói với tôi: "Một ngày nào bạn phải đến nhà tôi ăn tối," nhưng không bao giờ thật sự mời tôi.

Họ không phải là chị em hội nữ sinh cựu sinh viên, người luôn yêu cầu tôi giúp đỡ chính nghĩa của họ, nhưng hầu như không bao giờ chú ý đến cá nhân của tôi yêu cầu giúp đỡ.

Bạn bè của tôi là những người sống ở nơi khác trên thế giới đã giúp tôi làm từ thiện mặc dù đã bận rộn với công việc và gia đình.

Bạn bè của tôi, những người đã chung góp hiện diện tại những tiệc gây quỹ mà tôi đã giúp dàn dựng cho câu lạc bộ Rotary, dù rất muộn, sau khi tất cả các vị khách đã rời đi; được trả tiền cho bữa tối của riêng họ, của tôi và những người đã quá bận rộn để ăn, sau đó cho tôi một khoản quyên góp lớn cho các nạn nhân Katrina. Các bạn của tôi, những người giúp tôi bán vé sau đó lái xe hai giờ đến giúp tôi đón mừng năm mới trong niềm thương mến chan hòa.

Bạn bè của tôi, những người đã cho tôi thấy điều đó; không quan trọng tôi đến từ đâu, họ quý mến tôi và muốn gặp tôi bất kể tôi có nghèo hoặc khá giả, độc thân hoặc đã kết hôn, ly hôn, hoặc tái hôn, v...v...

Vâng, và tôi yêu quý bạn bè của tôi, những người mà tôi có thể xuất hiện, không báo trước, ngồi trước nhà, trên thảm cỏ, trong sân vườn của họ đến khi họ về nhà để tham gia cùng tôi, rồi chúng tôi quay quần ngồi cùng nhau ngắm nhìn vào đồng cỏ ở sân sau của họ. Không cần phải nói nhiều; chỉ cần cảm nhận ánh nắng ấm áp trên khuôn mặt, giống như chúng tôi vẫn còn là sinh viên đại học nhiều năm trước.

Tôi trân trọng những người bạn của

tôi, những người đã giữ tất cả những gì tôi đã từng tặng họ, một bài thơ, một ấm trà, một bình hoa, và tự hào mang ra cho tôi thấy bất cứ khi nào tôi đến để ghé thăm. Hoặc người không bao giờ quên trong việc viết tôi một lá thư dài vào dịp Giáng sinh mặc dù chúng tôi đã không gặp nhau trong 15 năm.

Đối với tôi, tôi giữ họ trong trái tim tôi, nghĩ về từng người, mỗi ngày khi tôi hạnh phúc nhất, hoặc buồn bã, chạy xung quanh với tốc độ điên cuồng trong công việc, hoặc lái xe mơ mộng về nhà, với một nụ cười.

Vì vậy, nếu tôi gọi bạn, đột ngột, và dường như không biết phải nói chính xác điều gì, xin hãy tin tôi sẽ không yêu cầu bạn một sự giúp đỡ, hay yêu cầu bạn mua bất cứ thứ gì. Tôi chỉ muốn thăm hỏi, và chỉ để cho bạn biết: "Tôi là bạn của bạn, và tôi thực sự, thực sự quan tâm."

Ba má: Văng Công Thơm
Nguyễn Thị Ngọc Nhẫn
Anh Chị Hai: Đoàn Xuân Long
Văng Thuý Loan
Tác Giả: Văng Thuý Ái
(Vũ Thi An)

I APOLOGIZE, I HAVE MISTAKEN YOU FOR SOMEONE WHO REALLY CARES

The television reporter sat across the table at Youngstown Airport. She had come with her camera man to interview my sister, Thuy Loan and me about the arrival of our parents from Vietnam. The camera was rolling. She looked at me with the eyes of the most sympathetic listener: "It must have been so hard to have left your loved ones behind. Tell me how many years have it been since you last saw your parents?"

Right after the number "10" barely escaped my lips, she turned to the camera man and said firmly: "OK, cut." She turned to me and said: "We'll chat later."

She took a notepad out and asked my sister the typical Who, When, What, for about five minutes. The flight from Detroit was delayed, so, there we all sat, anxiously waiting for the arrival of my parents from Vietnam whom I had not seen for 10 years.

I thought maybe I should let the reporter know why I came here without my parents and what had happened to us during the last 10 years. But as soon as I approached her with:

"Do you want to know why my parents and I were separated?"

She shook her head, turned away and said coldly: "I have everything I need, thank you!" I looked at her, gone was the caring expression of a deeply concerned person a few minutes earlier, now her face was cold and stoic. I watched the snow falling out there on the tarmac and thought to myself: "I have mistaken her for someone who really cared."

That night, I stayed up for the11 o'clock news. There she was her voice cracking with extreme emotion: "I'd like to tell you about a wonderful reunion that took place tonight at Youngstown Airport..." Our 2-minute story was told that night by a very talented reporter. It was definitely touching. And if I did not know any better I would think she was someone who genuinely cared.

I have always dreamed of becoming a reporter. Even now, after working for so long as an industrial chemist, I still hope that one day to become someone who could really write.

But now every time I read a very good article about something or someone special,

I would pause in remembrance of the TV reporter of long ago. I just feel a sense of unexplainable sadness and despair.

Every one of us is normally lead into believing that there are people who care so much for our wellbeing; especially around election time. The people who are running for offices suddenly send us friendly notes, stop by our social gatherings to shake hands and exchange a few jokes. They act like they really know who we are and super concerned about our school systems, our jobs, practically everything about our lives.

People who sell insurance and investments too. They are just like the closest friends you could ever dream of having, especially when you express an interest of giving them your money.

Over the years, I have learned to appreciate the true friends I have much more. They are those that I may not have seen that often, but if I happened to be in their neighborhood, they dropped everything to see me, because they know I would do the exact same thing.

The real people that I am proud to call friends are not as pious as the minister of one Methodist church who sternly scolded me: “You must understand; I do not have time to help you find a place to stay for a few days when you come to Cleveland for your first job; I am a minister, not a rental agent. I don’t care if you have no place to go...”

And no, they are not phonies as those who kept telling me: “You must come to my home for dinner, but never managed to issue a defined invitation."

They are not the alumni sorority sisters who always asked me to help their causes, but hardly ever paid any attention to my personal requests for help.

My friends are those who lived in other continents who helped me with the charitable causes despite being already occupied by work and family.

My friends, some of them, showed up at the benefit I helped staged for the Rotary club late, after all the guests already left; paid for their own supper, mine and those who were too busy to eat, then gave me a large donation for Katrina victims. My friends, those who helped me sell tickets then drove two hours to help me celebrate the New Year in the spirit of giving.

My friends, those who showed me that it did not matter where I came from, they love me and want to see me regardless of if I was poor, or well off, single or married, divorced, or Remarried, etc.

Yes, and I love my friends, the kind that I could show up, unannounced, sat in their front yard on my mat having a picnic until they got home to join me then we sat together gazing into the pasture of their backyard. Not much needed to be said; just feel the warm sun on our faces, like we were still in college years ago.

I treasure my friends, the ones who kept everything I ever gave them, a poem, a tea pot, a vase, and proudly showed me whenever I came to visit. Or the one who never failed to write me a long letter at Christmas even though we had not seen each other for 15 years.

As for me, I keep them tucked away in my heart, thinking about each one, every day when I am most happy, or sad, running around at a frantic pace at work, or dreamingly driving home, with a smile.

So, if I call you, out of the blue, and

seem not knowing what to say exactly, please believe me I am not going to ask you a favor, or talk you into buying anything. I just want to be sure you are alright, and just to let you know: “I am your friend, and I do really, really care.”

PHỤ LỤC

VŨ THI AN VỚI NHỮNG BÀI THƠ SÂN TRƯỜNG LỚP HỌC

Nhà Văn

HỒ TRƯỜNG AN

giới thiệu

Tên thật: Văng Thúy Ái. Sinh quán: Trà Vinh. Lập gia đình tại Mỹ, theo họ chồng nên còn có tên Nguyễn Thúy Ái. Làm thơ - viết báo từ năm 8 tuổi, nhiều nhất là cho Văn Nghệ Tiền Phong (mục Vườn Trẻ).

Trước khi qua Mỹ là học sinh Trung học Công lập Nguyễn Viên Kiều ở Trà Vinh (còn gọi là Vĩnh Bình). Quê nội ở Trà Vinh, quê ngoại ở Vĩnh Long. Cháu ruột cố Nhà văn Mặc Khải. Mặc Khải, tên thật Nguyễn Viết Khải, là thân phụ của hai Nhà văn Nguyễn Thị Thụy Vũ và Hồ Trường An.

Qua Mỹ 1975. Học xong bực Trung học tại Warren G. Harding tại Warren Ohio. Học xong bằng Đại học về ngành Hóa Học từ Mount Union College, Ohio; bằng Cao học MBA từ Balwin Wallace College, Ohio. Hiện làm Chemist cho hãng Italcement ở Miclebrach, Ohio.

Đã cộng tác với báo Cỏ Thơm, Hải Ngoại Nhân Văn.

ĐÃ XUẤT BẢN:

- TÌNH QUÊ TÌNH THƠ (Thơ)
- CUỐI NẺO ĐƯỜNG HẠNH PHÚC (Thơ)

H.T.A

Thăm Nhà văn Hồ Trường An (ngồi)
Ảnh tư liệu chụp năm 2019

Với Nhà văn Nguyễn Thị Thụy Vũ
/ Ảnh tư liệu chụp năm 2000.

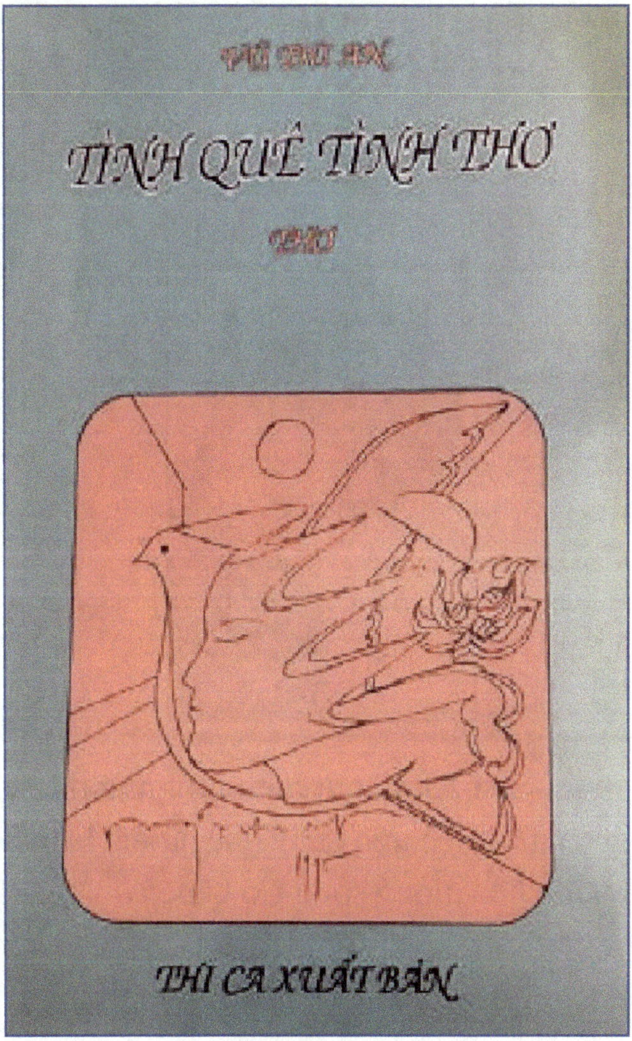

Bìa tập thơ TÌNH QUÊ TÌNH THƠ
của Vũ Thi An

NHÀ THƠ VŨ THI AN

Tạp chí
THI CA HẢI NGOẠI
giới thiệu

Vũ Thi An là bút hiệu một nhà thơ sinh trưởng và lớn lên trên vùng quê hương hiền hòa Trà Vinh bên giòng sông Cổ Chiên quanh năm ngọt mát.

Rời quê mẹ khi vừa biết thẹn thùng e lệ. Du nhập sang đất mới tiếp tục bậc Trung Học, Vũ Thi An đã phấn đấu vượt qua những nỗi khó khăn trong đời tỵ nạn để cuối cùng mang đến cho mình một thành công nho nhỏ hầu thỏa mãn phần nào niềm thổn thức, nỗi ao ước triền miên trong tim.

Là cháu họ ngoại của nhà thơ Phương Đài (Vietnam) và cố thi sĩ Mặc Khải, là em bà con của nhà văn Trần Long Hồ (Washington DC), Nguyễn Thị Thụy Vũ (Vietnam) và Hồ Trường An (Pháp). Vũ Thi An tốt nghiệp Đại Học về ngành Hóa Chất và có bằng Cao Học về ngành Kinh Doanh Thương Mãi.

Vũ Thi An đã xuất bản hai tập thơ *"Tình Quê, Tình Thơ"* và *"Cuối Nẻo Đường Hạnh Phúc"* để gây quỹ giúp trẻ em mồ côi tại Việt Nam qua chương trình H.O.P.E.

Những tác phẩm của Vũ Thi An, bằng tiếng Việt và tiếng Anh thường được đóng góp cho Hải Ngoại Nhân Văn, Quê Hương Hải Ngoại, Cỏ Thơm, The Writer's Post, Chicago Tribune, và các Nguyệt San, Đặc San báo chí của Cộng Đồng Việt Nam tại Mỹ và Canada.

Vũ Thi An, tên thật là Văng Thúy Ái (đổi thành Nguyễn Thúy Ái khi đến Hoa Kỳ) hiện đang định cư tại tiểu bang Ohio, Hoa Kỳ.

VŨ THI AN

VU THI AN, or GTV, pseudonym of Nguyen Thuy Ai, born in Tra Vinh, South Vietnam, immigrated with her parents, after the fall of Saigon in 1975, when she was in her teens. Settling in the US, she was educated at Mount Union College in Ohio, from where she received her BS in Chemistry, and at Baldwin Wallace College in Ohio, from where she received her MBA. Vu Thi An had published two poetry collections when, in 1997 and in 1999, she wished to raise fund to help, through HOPE Program, the children who are made orphans by the Vietnam war. These are also the poetry collections that made her debut as a poet: *Tinh*

que - Tinh Tho published in 1997, and *Cuoi Neo Duong Hanh Phuc* published in 1999. Vu Thi An writes in two languages: Vietnamese and English. Her poems in Vietnamese (under her pseudonym Vu Thi An) appeared in the magazines: Van Nghe Tien Phong (Vietnam), Co Thom (Virginia), Hai Ngoai Nhan Van (Massachusetts), and Que Huong Hai Ngoai (Michigan). Some English essays of her (under her pseudonym GTV) appeared in The Writers Post, and Wordbridge.

Publications:

1- Tinh Que, Tinh Tho - poetry (1997)

2- Cuoi neo duong hanh phuc - poetry (1999)

E-mail: Rexboutiqu@aol.com

· **THE WRITERS POST**

(ISSN: 1527-5467), the magazine of Literature & Literature-in-translation.

based in the US, established on July 1999.

VỚI VŨ THI AN -
KHI TUỔI THƠ ÙA VỀ!

Nghệ sĩ
KIM TUYẾN

Thúy Ái thương,

Chị gởi em bài viết này để nhắc nhớ chúng ta về tình cảm ngày xưa giữa chị và gia đình em. Em xem như thế nào cho chị biết. Nếu chị thiếu sót điểm nào em cần thêm vào cứ giúp chị.

Chị muốn nhắc đến tấm lòng của em làm những việc từ thiện đối với các cháu bé bên Việt Nam... Nhưng giờ giấc khác nhau và em phải đi làm, chị ngại phiền em nên không viết chính xác. Em viết thêm vào giùm chị nha.

Chúc em và gia đình thật an vui, nhiều sức khỏe, hạnh phúc. Và tập Thơ thành công rực rỡ.

Tôi thật hân hạnh được nhà thơ Vũ Thi An đề nghị góp đôi dòng kỷ niệm về tình thân với gia đình cô trong tập thơ sắp phát hành của cô. Tôi còn nhớ rất nhiều kỷ niệm đẹp khi là học sinh Tiểu học và Trung học Công Lập, Vĩnh Bình - Trà Vinh. Ba Má tôi theo Đạo Phật và cho 3 chị em tôi gia nhập Gia Đình Phật Tử Chánh Tiến (chùa Phước Hòa) mà Bác Gia trưởng Văng Công Thơm là Cha ruột của Thúy Ái.

Ba Má tôi từ Sài Gòn chuyển về Trà Vinh năm tôi được 9 tuổi. Thật lạ lẫm đối với đứa con nít như tôi khi thành phố có những nét riêng nửa thành phố - nửa vùng quê, có ruộng vườn trong xóm vào sâu sau nhà tôi.

Từ đường số 1 chạy dài trước khi đến bến xe là căn nhà Ba Má tôi.

Chị em tôi được đọc kinh, ca hát, được dạy giáo lý nhà Phật mỗi Chủ Nhật hằng tuần. Tôi nhớ tên các chị Thúy Hòa, Thúy Loan, Thúy Minh, là con của Bác Gia trưởng. Chị Thúy Hòa và Thúy Loan là Thiếu Nữ mặc áo dài lam. Chị Thúy Minh, chị Kim Ánh tôi và tôi là Đồng Nữ, cùng đứa em trai, Quyến 6 tuổi. Điều tôi nhớ là lúc bấy giờ tôi được chọn đóng vai Công Chúa Da Du, chị Thúy Minh đóng vai Thái Tử Tất Đạt Đa, chị Ánh tôi vào vai Vũ nữ Thành Ba La Nại, thằng em trai nhỏ quá chỉ làm... khán giả.

Chúng tôi được đi trình diễn vào dịp Lễ Phật Đản tại các tỉnh Vĩnh Long, Mỹ Tho, Long An... thật vui.

Sau mấy năm sống ở Trà Vinh, Ba Má tôi lại dọn trở về Sài Gòn.

Dù rời xa Trà Vinh từ dạo ấy, tôi vẫn nhớ những ngày tháng được đến ngôi Chùa thân yêu, vui với bạn bè. Tôi mang ơn Bác Gia trưởng, chị Thuý Hòa và Thầy Cô trong Gia Đình Phật Tử đã dạy dỗ 3 chị em tôi từ nhỏ. Đó là hành trang tôi mang theo trong suốt cuộc đời để cố gắng sống tốt với tâm từ bi, biết thương xót, biết thông cảm với những mảnh đời bất hạnh.

Nhờ Facebook đã mang chị Thúy Minh gặp lại tôi sau hơn 60 năm xa Trà Vinh. Thật không còn gì vui hơn, cảm động quá khi tuổi thơ ùa về và được kết nối với Thúy Ái, em Út của 3 chị.

Theo dõi Thuý Ái trên Facebook, lại khám phá ra em biết làm thơ từ lúc 12 tuổi. Em là em bà con với hai nhà văn nổi tiếng của miền Nam là chị Nguyễn Thị Thụy Vũ và anh Hồ Trường An mà tôi hằng ngưỡng mộ. Xem Video, thấy lại ngôi nhà của gia tộc anh chị ngày xưa mà lòng thật dạt dào cảm xúc. Thương chị Thụy Vũ đã xếp bút trong hoàn cảnh lịch sử sang trang!

Anh Hồ Trường An đã viết hai cuốn sách Chân Dung Những Tiếng Hát, anh có nhắc đến tôi bằng những dòng khá ưu ái: "Tiếng Ca Lạc Loài Kịch Giới". Anh phê bình thẳng thắn, nhưng anh không chê tôi. Anh nhớ từng chi tiết từ màu son môi, từ cái áo trước 75 khi anh thấy tôi chuẩn bị thu hình một vở kịch tại studio Đài Truyền Hình Việt Nam. Sự xuất hiện của tôi trong Video Thúy Nga Paris số 11, thu hình tại Pháp, cũng được anh viết lời ưu ái. Nghe tin anh đau nặng, dù chưa quen biết nhau, tôi cảm thấy cần phải gọi thăm. Nhưng khi tôi tìm được số điện thoại của anh thì đã muộn!

Thúy Ái nghe tôi nhắc đến anh Hồ Trường An, em nói ngay là em chọn cho em bút hiệu

Vũ Thi An là vì em nhớ đến chị Thụy Vũ và anh Hồ Trường An của em. Người mang nguồn cảm hứng và dạy em từ còn bé chính là Cậu của em (nhà thơ Mặc Khải tên thật Nguyễn Viết Khải), Ba của hai anh chị. Thật đúng là con dòng cháu giống của một gia đình Trâm Anh Thế Phiệt Văn Chương Thi Phú danh giá của Miền Nam Việt Nam.

Xin mời quý vị thưởng thức HOA NẮNG VƯỜN MƠ của nhà thơ Vũ Thi An.

Thuy, Vũ, dì Tố Hương, Thúy Ái, chị Thúy Hòa
và nhà văn Kim Cúc

CHỜ NHAU

Thơ VŨ THI AN
Nhạc TRẦN THÀNH

10 tháng 6.1999

NGÀY ĐÓ

Thơ VŨ THI AN
Nhạc TRẦN THÀNH

10 tháng 6.1999

TÌM NHAU

Thơ VŨ THI AN
Nhạc TRẦN THÀNH

2 tháng 8.1999

HẠNH PHÚC TÌNH CỜ

Thơ VŨ THI AN
Nhạc TRẦN THÀNH

7 tháng 8. 1999

TÂM TÌNH VỚI LÁ

Thơ VŨ THI AN

Nhạc TRẦN THÀNH

Pop Ballad
(Rhythmic bass, Latin arpeggio)

21 tháng 8. 1999

NỖI NIỀM KHẮC KHOẢI TRONG "HOA NẮNG VƯỜN MƠ" CỦA VŨ THI AN
(THAY LỜI BẠT)

Nhà văn
NGÔ NGUYÊN DŨNG

"Hoa Nắng Vườn Mơ" là ấn phẩm thứ ba của tác giả Vũ Thi An, sau hai thi tập "Tình Quê Tình Thơ" và "Cuối Nẻo Đường Hạnh Phúc", gồm 45 thi khúc và 11 đoản văn xuôi.

Tập Thơ & Tản văn *Hoa Nắng Vườn Mơ* được Nhà Xuất Bản Nhân Ảnh ấn hành tại Hoa Kỳ.

1. Văn

Sở trường của chị, như hai ấn phẩm trước đã khẳng định, nghiêng về văn vần. Tuy nhiên, trong tuyển tập này, chị đã cho độc giả thấy một biệt tài văn chương khác, qua 11 bài tản văn và truyện ngắn. Dẫu tản văn hay truyện ngắn, người đọc đều nhận ra giữa những dòng chữ, văn phong và cá tính những nhân vật của tác giả đậm tính tự truyện.

Như trong *"Cái Thú Lang Thang"* (Tr. 75) với nhân xưng đại danh từ "tôi", được mở đầu: *"Không biết tôi thích lang thang từ lúc nào, có lẽ từ lúc lên bốn thì phải. Lúc đầu theo mẹ thả bộ mỗi sáng sớm từ nhà ra đến thác Camly."* (Tr.75)

Trà Vinh, nguyên quán của tác giả, và Đà Lạt, hai thành phố có thời tiết cùng thổ ngơi khác nhau như trời vực, chắc hẳn đã khắc dấu đậm nét trong tâm tưởng tác giả, đến nỗi sau này, tại một phương trời xa xôi vạn dặm, những khuya thao thức, tâm tư chị lại bật lên nhiều nỗi khắc khoải. Về quê hương. Về đời sống. Về thân phận. Về những người thân và bạn bè ở quê nhà. Và về tình yêu.

Đoản văn 23 trang sách này là một tự truyện tóm tắt gần như trọn vẹn cuộc đời chị từ tấm bé cho tới khoảng thời gian chị kết thúc bài viết. Qua đó, tác giả bộc bạch, chị là một người phóng khoáng, năng động, đi nhiều, thích phiêu lưu, ... Lý do khiến chị phải rời nước, sống đời lưu vong sau biến cố 1975 cũng là một tình cờ. Hãy đọc:

"Tôi về lại Phú Thọ Hòa, nhà của bà chị Cả. Về thấy nhà trống trơn và chị Tư tôi nói là cả nhà đã ra phi trường để đi Mỹ rồi, nhưng anh rể sẽ về đón tôi.

Sáu giờ chiều thì anh rể tôi về đón thật. Tôi nhét vội 2 bộ đồ vào cái túi PanAm rồi ra đứng đón xe Lam với ông anh rể để ra phi trường.

Chị Tư tôi chạy ra đầu đường đưa tôi đi và hỏi:

- Em tính đi thật sao?

Tôi thản nhiên đáp:

- Em đi chơi vài tháng đó mà!" (Tr. 76 - 77)

"*Vài tháng*" của chị cũng như của hằng triệu người đành đoạn sống đời lưu vong khác trở thành nhiều thập niên. Và cò lẽ, còn kéo dài lâu nữa.

"Cái vài tháng đó nó đã trở thành hai mươi mấy năm mà cái thú lang thang vẫn còn tiềm ẩn... Những nơi tôi đến thường là một thành phố nhỏ nằm giữa đồng không mông quạnh của vùng Trung Tây hay cực Bắc của Mỹ, hoặc miền Đông Bắc đèo heo hút gió của Canada." (Tr. 77)

Từ xứ tuyết Canada, vì công việc và "thú lang thang", chị lang bạt qua Bangkok, Quế Lâm, Đài Bắc, ... Sau thời gian làm việc hoặc ngoạn cảnh, thuở chị chưa hạnh ngộ "nửa kia" của đời mình, chị tâm tình:

"Có những tối tôi đi đến một thành phố hoàn toàn xa lạ, lái xe thuê về hotel thấy cô đơn và lẻ loi dễ sợ, những đêm thức làm cả ba 'ca' mệt nhoài, lái xe về phòng khoảng ba - bốn giờ sáng, vặn nước tắm rồi ngủ quên luôn trong bồn. Bây giờ

sáng lại lục đục sửa soạn đi làm tiếp. Nhiều tháng tôi đi công tác hết ba tuần." (Tr. 77 - 78)

Trong những ngày tháng "lang thang" này, mỗi khi rảnh rỗi, chị lại vẩn vơ hồi tưởng. Chị nhớ lại tuổi thơ xứ Trà Vinh và những đứa bạn ấu thời trong xóm nghèo:

"Thế giới của chúng nó thật là khác hẳn với thế giới của tôi. Tôi theo một bọn nó về xóm nhà lá ở cuối thôn. Xóm này nằm cạnh một cái nhà xác đầy mùi tanh tưởi bốc lên. Thấy tụi nó leo tường vào. Tôi cũng trèo theo nhưng không vào hẳn mà chỉ đủ cao để nhìn vào bên trong. Tôi sẽ không bao giờ quên hình ảnh buổi chiều sau mưa trong nhà xác, nó thật là âm u, tối tăm và lạnh buốt làm sao.

Nằm rải rác đây đó là băng ca đầy vết máu khô, dưới đất la liệt những poncho gói to gói nhỏ.

Nhìn kỹ, tôi thấy một bàn tay và một bàn chân xanh dờn ló ra khỏi chiếc poncho đầy bụi bám." (Tr. 84 - 85)

Những xác người ấy là ai, qua đời vì lý do gì, chị không giải thích, nhưng độc giả vẫn hiểu. Tác giả cũng không cần phải giải thích nguyên nhân tại sao chị yêu thích cuộc sống nay đây mai đó. Chị đi không phải chỉ để khám phá, mà còn để tìm kiếm, với hy vọng lấp đầy được những trống vắng và khát khao trong đời sống:

"Tôi có ngờ đâu chỉ trong vài năm sau đó, tôi cũng lại có những đêm lang thang như thế, lết từng bước trong bão tuyết lạnh lùng, qua những ngôi nhà cũng có ánh đèn ấm cúng tỏa ra, nhưng tôi chỉ có quyền đứng ngoài nhìn vào, thèm thuồng, ao ước nhìn các đứa trẻ tạc tuổi tôi quây quần âu yếm với gia đình. Tôi đã đứng bất động để nước mắt đóng thành băng..." (Tr. 87)

Đoản tự truyện "Cái Thú Lang Thang" của tác giả Vũ Thi An có một kết thúc gần như viên mãn:

"Năm nay mùa thu nơi ấy hình như không có mưa nhiều như năm ngoái. Mình đã quen nhau một năm tròn... Tôi vẫn nhớ câu nói của anh: 'Hai đứa cùng lang thang rồi cùng về bên tổ ấm.' Tôi nói với anh có lẽ khi gặp được người tri kỷ, tôi sẽ dừng bước lang thang. Tôi sẽ xây một ngôi nhà nhỏ trên đỉnh đồi nơi quê hương yêu dấu..." (Tr. 97)

Như vậy, bây giờ, tác giả đã tìm được "nửa kia" của đời sống lứa đôi. Chỉ không rõ, những mơ ước khác của chị có trở thành hiện thực hay không. Bởi vì:

"Tại sao lúc nào tôi cũng thấy thiêu thiếu một cái gì đó, không diễn tả được. Tôi nghĩ có lẽ là tôi vẫn còn muốn trở về cội nguồn của mình thì phải. Tôi không chỉ là cụm mây nhỏ muốn hoài la đà trong không gian vô tận. Tôi là một cô bé Việt Nam bỗng dưng bị cơn gió vô tình cuốn đi về một chân trời xa lạ." (Tr. 96)

Chính vì những "thiêu thiếu" này đã bắt chị, cũng như tất cả những văn nhân thi sĩ khác, ghi xuống những trang chữ tâm tình. Viết không phải chỉ để giải tỏa những uẩn khúc, mà còn để tìm cách khỏa lấp những góc tâm tư thiếu hụt và trống vắng riêng tư của mỗi người. Của tác giả Vũ Thi An là đôi dòng trích dẫn trên. Nhưng tôi ngờ rằng, vẫn còn vướng vất trong tâm tư chị, đâu đó, dăm ba nỗi niềm khác.

Hãy đọc "Mãi Mãi Chẳng Bao Giờ". Tự truyện được bắt đầu như sau:

"Tôi không ngờ tôi quen anh gần 10 năm. Tình cảm qua thơ văn thế mà sâu đậm hơn tôi tưởng... Hồn thơ tôi có dịp bay bổng lên không gian

tìm về những ngày tháng đẹp như mơ của tuổi học trò." (Tr. 134)

Để rồi thi hứng chị đã bật ra những dòng thơ:

"Tim bao la cho tình ai thánh thiện
Nén lòng yêu đem nhớ giấu vào thơ
Ào ạt tựa suối nguồn tràn ra biển
Để nhiều khi tự hỏi đến bao giờ?"

(Tr. 134 - 135)

Tiếp theo là bài thơ đáp lời của nhân vật "anh" đã khiến nhân xưng đại danh từ "tôi" ghi xuống:

"Tôi không bao giờ quên được buổi tối đó khi đọc những vần thơ nầy trên SCV. Tôi in ra và đọc đi đọc lại không biết bao nhiêu lần trong đêm đó" (Tr. 135):

"Một chiều vàng cánh chim chiều lẻ bạn
Hương tình gieo vần thương nhớ vào thơ
Đến bao giờ nguồn thơ sẽ cạn
Trả lời em: Mãi mãi chẳng bao giờ!"

(Tr. 135)

Để rồi: *"Dần dà, tôi và anh trở thành '2 người tình trong mộng'"* (Tr. 135). Mặc dù:

"Anh đã có gia đình, và tôi, trước khi quen anh vài tháng đã gặp một người tâm đầu ý hợp để trở thành chồng vợ. Tôi yêu chồng tôi lắm." (Tr. 135)

"Mãi Mãi Chẳng Bao Giờ" là một tự truyện vỏn vẹn bảy trang sách (Tr. 134 - 140), nhưng đã được tác giả rọi sáng cho độc giả thấy ra những góc khuất ám tối trên sân khấu đời sống tình cảm mình, trong tuồng tích khắc nghiệt của định mệnh, chỉ với bốn diễn viên: Tôi, người chồng của tôi, anh và người vợ của anh. Một vở hát tuy đơn giản, chỉ với dăm ba mẩu đối thoại, nhưng đầy ắp thi ca, đựng đầy những khát khao thầm kín:

"Đôi khi nằm trong vòng tay ân ái của chồng tôi tưởng tượng đó là anh. Tôi tìm đọc lại những bài thơ anh gửi tặng tôi mà nghe một nỗi buồn nhè nhẹ, tôi nhấc bút làm bài thơ "Hương Xưa":

Đọc bài thơ nửa chừng nghe mắt ướt
Chút tình xưa như đóm lửa trong đêm
Gối chăn nào tha thiết gọi hoài tên
Trong giấc mộng êm êm ai nào biết"

(Tr. 136)

Kèm theo lời tự thú:

"Tôi không sợ sự va chạm của xác thịt, tôi chỉ không muốn anh hay tôi bị hụt hẫng và thất vọng. Cũng có thể là nước mắt của tôi sẽ trào dâng vì cảm động." (Tr. 139)

Tự truyện được khép lại như sau:

"... Và sau bao nhiêu suy nghĩ, tôi đã quyết định rồi. Tôi sẽ mời anh đến gặp tôi để:

Hình như đã... Mà thôi đừng vội nhé
Cả trời thơ ôm ấp một vườn mơ
Giàn hoa xinh vẫn e ấp đợi chờ
Cơn gió thoảng mơn man đài hoa mịn

...

Có ai gửi một nụ hôn thầm kín
Hòa theo thơ dẫn lạc lối đào nguyên...

Và điểm hẹn sẽ là những nơi anh và tôi đã đến 'Trong Mơ'" (Tr. 140)

*

2. Thơ

Nếu như văn xuôi là những thương tích đã thành sẹo, được tác giả săm soi ngắm nghía và ghi xuống giấy trắng, cống hiến cho độc giả, thì thi ca là những vết sướt không bao giờ lành trong tận cùng da thịt, thỉnh thoảng lại tươm máu, rớt xuống những giọt thơ.

Bốn mươi bốn thi khúc trong "Hoa Nắng Vườn Mơ" gồm bốn mươi bốn bài bằng với ba chủ đề chính: Thơ Tình, Thơ Quê Hương và Thơ Tha Hương.

Tác giả Vũ Thi An đã chọn tựa đề bài thất ngôn "Hoa Nắng Vườn Mơ", hẳn là thi khúc đắc ý hoặc chứa đựng những hình ảnh kỷ niệm riêng tư đã khắc dấu đậm nét trong tâm khảm chị, đặt tên cho tuyển tập:

"Ai chép bài thơ trong nắng sớm
Cỏ xanh còn đọng một màn sương
''

Ai trải ngoài sân giọt nắng mai
Lung linh xuyên lá dáng trang đài"

Và kết thúc:

"Vườn mơ cùng nhặt từng hoa nắng
Ươm nụ tầm xuân khéo mọc mời"

(Tr. 47)

Qua những câu thơ trên, nhà thơ đã cho độc giả thấy cảm tính bén nhạy của chị trước thiên nhiên. Và trong dòng sông ký ức chị, những hình ảnh đặc thù của thổ ngơi miền Nam, theo thời gian đã đắp bồi vô vàn phù sa thương nhớ, thành những bờ bãi thi ca. Lẽ đó, chị đã mở đầu tuyển tập "Hoa Nắng Vườn Mơ" bằng thi khúc quê hương "Khói Lam Quê Ngoại":

"Những buổi tối trời, báo tin nước lớn
Bìm bịp kêu, đom đóm rộ lên đèn
Hàng đáy giăng kênh, đèn chong khoảnh sáng
Trăng bạc chập chờn in dãy nước đêm"

(Tr. 5)

Những hình ảnh, những cảm xúc, những nỗi niềm gắn bó, và gần gũi hơn, là tình cảm thân bằng quyến thuộc, những âm thanh thường ngày, những món ăn quen khẩu vị... đã khiến chị, một tác giả sống đời lưu vong, vẫn luôn luôn mơ ước sẽ có ngày:

"Ta về tìm lại tàn hương
Ta đi để mãi nhớ thương quê nghèo
Vầng trăng năm cũ còn treo
Mà người năm cũ bọt bèo về đâu?"

("Đi & Về", tr. 23)

Chị không những tự nhắc nhở mình, mà

còn mượn lời dòng sông quê hương nhắn nhủ chúng ta, những người tha hương:

"Anh ra đi để dòng sông ở lại
Gốc bần già oằn nhiều trái còn xanh
...
Anh có biết dòng dông giờ vẫn chảy
Nước vẫn còn bồi cho gốc bần xanh"

("Đừng Quên Nhé Dòng Sông", tr. 48)

Trong những câu thơ trích đoạn trên, như người họa sĩ sử dụng nét cọ sau cùng để "điểm nhãn" bức tranh, tác giả Vũ Thi An đã "điểm tự" những thi khúc của chị bằng dăm ba từ độc đáo.

Như những "rộ", "chong" trong "Khói Lam Quê Ngoại". Như "bọt bèo" trong "Đi & Về".

Như những "oằn", "bồi" trong "Đừng Quên Nhé Dòng Sông"...

Và cứ vậy, chị sáng tác thêm những thi khúc ngợi ca tình yêu.

"Anh không uống rượu thật sao?
Làm sao anh giết niềm đau ngút ngàn?
...
Anh uống cà phê có đường?

Nên không nếm được giọt buồn đắng cay."

("Thật Sao?", tr. 8)

Những giọt rượu nồng và cà phê đắng nghe như những lời trách cứ trong cơn khắc khoải của giấc mộng lưu đày, mà mùa hạ ngắn ngủi tựa ảo ảnh trong sa mạc cuộc đời:

"Sa mạc đời làm bùng lên cơn khát
Có môi nào mớm giọt mát thôi miên
Lồng trong dáng hạ buồn em ảo ảnh
Gió hiu hiu ru giấc mộng lưu đày"

("Hạ Nhớ", tr. 14)

Những vần thơ được viết ra để nhớ lại thuở đi tìm và gặp gỡ "một nửa kia" của đời mình:

"Tôi đi tìm hoài âm thầm trong đêm tối
Giữ cái nửa của mình chẳng dám thiết tha
Cái nửa của người tôi vừa gặp hôm qua
Cái tương tự tình yêu chưa bao giờ có
Chợt hiểu ra hai nửa giờ hạnh ngộ
Hạnh phúc chan hòa một nửa góc đời tôi"

("Một Nửa", tr. 18)

Phải chăng thi sĩ đã tìm thấy "hạnh phúc chan hòa" sau lần hạnh ngộ "nửa kia"? Hãy thử xem chị lý giải ý nghĩa tình yêu qua thi khúc

"Vần Thơ Cũ":

"Vì hạnh phúc nằm trong bài thơ vụn
Và tim tôi tuyết phủ tự ngàn xưa
...
Tôi vẫn giữ một góc lòng giông tố
Đợi mùa xuân nào đó chợt về ngang"

(Tr. 31)

Vẫn là một góc khuất trong tâm tư chắc hẳn vẫn còn ít nhiều giông tố trong lòng tác giả Vũ Thi An. Nhưng, khác với đoản tự truyện "Mãi Mãi Chẳng Bao Giờ", lần này, mượn chữ nghĩa ẩn dụ của thi ca, chị đã thổ lộ cùng độc giả những trăn trở chiêm bao của mình qua thi khúc "Và Những Giấc Mơ Thuộc Về Tôi" (tr. 26):

"Nhưng đêm là của tôi để nhớ
Và những giấc mơ thuộc về tôi..."

03/2024

N.N.D

HÌNH ẢNH GIA ĐÌNH

Ba: Văng Công Thơm (đã mất)
Mẹ: Nguyễn Thị Ngọc Nhẫn (đã mất)
Chị Hai: Văng Thúy Loan (đã mất)
Chị Tư: Văng Thúy Hòa (hiện đang còn sống ở Trà Vinh)
Chị Năm: Văng Thúy Nguyệt Minh (hiện đang còn sống ở Mỹ)
Anh Sáu: Văng Công Khanh (đã mất)
Anh Bảy: Văng Công Tâm (đã mất)
Cô Út thứ Tám: Văng Thúy Ái (Vũ Thi An)
Cháu gái: Đoàn Văng Xuân Thúy, con gái đầu lòng của chị Thúy Loan (đã mất)
Cháu trai: Đoàn Văng Anh Vũ , con trai trưởng nam của chị Thúy Loan (hiện đang còn sống ở Mỹ)

Hình ảnh gia đình chụp ở Đà Lạt

Thúy Ái chụp vào tháng 7 năm 1965

Thúy Ái chụp ngày thôi nôi (15/10/58)

Hình ảnh trong ngày Ra Mắt Thi Phẩm
"Cuối Nẻo Đường Hạnh Phúc" của Vũ Thi An

Thúy Ái, chị Thúy Hòa và chị Nguyễn Thị Thụy Vũ

MỤC LỤC

I. THƠ

II. TẢN VĂN

III. PHỤ LỤC

HOA NẮNG VƯỜN MƠ

Thơ - Tản văn VŨ THI AN

Biên tập: TRẦN VÕ THÀNH
Bìa: Uyên Nguyên Trần Triết
Tranh bìa & minh họa: ÁI LAN
Nhiếp ảnh: MYNH HƯƠNG & Tư liệu gia đình
Trình bày: TRANG NHUNG

Nhân Ảnh Xuất Bản 2025 ISBN:
979-8-3496-1719-5

www.ingramcontent.com/pod-product-compliance
Lightning Source LLC
LaVergne TN
LVHW050645051026
849532LV00002B/528
* 9 7 9 8 3 4 9 6 1 7 1 9 5 *